Printed in the USA

Tamil Language:

101 Tamil Verbs

By Aadi Devar

Contents

To grow up – valara

Tamil – Introduction

Tamil (தமிழ் /thamizh/), a member of the Dravidian language, is an agglutinative language spoken primarily by the Tamil people of India and Sri Lanka. It is the official language of the Indian state of Tamil Nadu, the union territories of Puducherry, and Andaman and Nicobar Islands. Tamil is also an official language of Sri Lanka and Singapore, and has a significant number of speakers in Malaysia, Mauritius, Fiji, South Africa, England, Canada, Germany, Philippines, United States, Netherlands, Indonesia, Réunion, and France. It is spoken by 70 million (2007) speakers and 8 million has it as their second language.

The Tamil script has 12 letters called உயிரெழுத்துக்கள் /uyirezhuththukkaL/ ("soul-letters" similar to vowels), 18 letters called மெய்யெழுத்துக்கள் /meyyezhuththukkaL/ ("body-letters" similar to consonants) and one special character called Aaitham (ஃ /q/). The உயிரெழுத்துக்கள் and மெய்யெழுத்துக்கள் combine to form 216 compound characters called உயிர்மெய்யெழுத்துக்கள் /uyirmeyyezhuththukkaL/. Thus, there are 247 characters (12 + 18 + 1 + 216) in Tamil. Tholkappiyam is the earliest known work on the Tamil grammar, and it has been dated variously between the third century BCE and the tenth century CE. In 2004, Tamil was the first Indian language to be declared as a classical language by the Government of India.

Tamil Verbs:

Tamil verbs (வினைச்சொல் /vinaichchol/) are the words that denote an action (ask, read, learn), or a state of being (am). They are inflected through the use of suffixes. It varies according to the tense, person, gender, mood, number of subjects/ objects, and the usage of honorifics. Generally, the basic order of a Tamil sentence is Subject-Object-Verb. However, other orders are also possible.

E.g.,

குயவன் பானை செய்தான் /kuyavan paanai seydhaan/ (Potter made a pot)
Subject | Object | Verb

Tense:

There are three tenses (காலங்கள் /kaalangaL/) used in Tamil namely: past, present, and future tense. The syntax is as follows:

Root + Tense marker + Personal endings

Past tense (இறந்தகாலம் /iRandhakaalam/) is used to denote something that happened in the past. The infix letters for past tense are: த் /dh/, ட் /t/, ற் /R/, ன் /n/.

Let us see an example verb, செய் /sey/ (do).

Past   : செய்தான் /seydhaan/= செய் /sey/+ த் /dh/+ ஆன் /aan/ (He did)

த் - Past tense infix.

Present tense (நிகழ்காலம் /nikazhkaalam/) is used to denote something that is occurring currently. The infix letters for present tense are: கிறு /kiRu/, கின்று /kindru/, ஆநின்று /aanindru/.

Present : செய்கிறான் /seykiRaan/= செய் /sey/+ கிறு /kiRu/+ ஆன் /aan/ (He is doing)

கிறு - Present tense infix.

Future tense (எதிர்காலம் /Edhirkaalam/) is used to denote something that is yet to happen. The infix letters for future tense are: ப் /p/, வ் /v/.

Future : செய்வான் /seyvaan/ = செய் /sey/+ வ் /v/+ ஆன் /aan/ (He will do)

வ் - Future tense infix.

Gender:

The verbs change depending on the five grammatical genders (பால் /paal/): masculine (ஆண் /aaN/), feminine (பெண் /peN/), neuter (பலர் /palar/, ஒன்றன் /ondran/ and பலவின் /palavin/). For masculine gender, the words normally end with -ன் /n/ and feminine words generally end with –ள் /L/. There are two things to be noted in neuter gender: in order to denote a rational noun with honorifics, the words should end with -ர் /r/ and for all irrational nouns -து /thu/ is used.

The verb செய் /sey/ (do) is written as follows.

Masculine   : செய்தான் /seydhaan/ (He did)
Feminine   : செய்தாள் /seydhaaL/ (She did)
Neuter   : செய்தது /seydhadhu/ (It did)/ செய்தார் /seydhaar/ (He/ She did)

Person and Number:

Tamil uses three grammatical persons (இடம் /itam/) namely, first (தன்மை /thanmai/), second (முன்னிலை /munnilai/), and third (படர்க்கை /patarkkai/). Another aspect is the subject/ object being singular (ஒருமை /orumai/) or plural (பன்மை /panmai/). There are 1s, 2s, 3s honorific, 3s m, 3s f, 3s irrational and 1p, 2p, 3p rational, 3p irrational. Generally, a singular word is converted into plural by adding the suffix -கள் /kaL/ to it, leaving out few exceptions. Going through more examples would help in understanding this better.

Let us again take the same example verb, செய் /sey/ (do) to explain it further.

	First Person	**Second Person**
Singular	செய்தேன் /seydhEn/ (I did)	செய்தாய் /seydhaai/ (You did)
Plural	செய்தோம் /seydhOm/ (We did)	செய்தீர்கள் /seydheerkaL/ (You did)

	Third Person		
	Masculine	**Feminine**	**Neuter**
Singular	செய்தான் /seydhaan/ (He did)	செய்தாள் /seydhaaL/ (She did)	செய்தது /seydhadhu/ (It did)/ செய்தார் /seydhaar/ (He/ She did)
Plural	செய்தார்கள் /seydhaarkaL/ (They did)		செய்தன /seydhana/ (It did)/ செய்தார்கள் /seydhaarkaL/ (They did)

Mood:

Indicative, imperative and optative moods are normally used in Tamil. Indicative is the most commonly used mood for declaring or asserting something or asking a question. E.g., செய்தான் /seydhaan/ (He did), செய்வானா /seyvaanaa/? (Will he do?). As in other languages, the declaration may be affirmative or negative. Indicative shows plural or singular.

The imperative mood (ஏவல் /Eval/) expresses direct commands. The singular imperative form of a verb is actually the root of all conjugations. The imperative terminations are all vowels except எ and the following eleven consonants: ஞ் /nj/, ண் /N/, ந் /n/, ம் /m/, ன் /n/, ய் /i/, ர் /r/, ல் /l/, வ் /v/, ழ் /zh/, and ள் /L/. E.g., செய் /sey/ (do). Imperative words also take negative form. Imperative shows plural or singular.

The optative mood (வியங்கோள் /viyangOL/) expresses wishes, curses and hopes rather than commands. It is a polite form of imperative. The normal terminations are –க /ka/, -ய /ya/, -ர் /r/. E.g., வாழ்க /vaazhka/ (live). Optative doesn't show plural or singular.

Types of Tamil Verbs:

Tamil Verbs are classified into two main categories. They are as follows:

- Finite Verbs
- Non-Finite Verbs

In turn, these are divided into various subcategories.

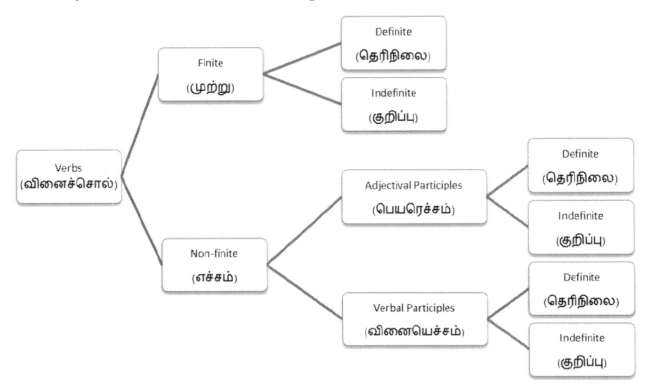

Fig. Classification of Tamil Verbs.

1. Finite Verbs:

Finite Verbs (வினைமுற்று /vinaimutru/) are the verbs that have terminated properly and clearly indicate what the subject is doing. It shows the noun, gender, number, person, and tense.

E.g.

அவன் **செய்தான்** /avan seydhaan/

Noun   - Rational noun
Gender   - Masculine
Number   - Singular
Person   - Third person
Tense   - Past tense

Such verbs that show the tense, indicate the noun, gender, and also have a proper ending are called Finite Verbs.

Finite Verbs are of two types: definite and indefinite.

1.1. Definite:

The finite verbs which show the subject, gender, tool, place, act, tense, and objective explicitly are called definite verbs (தெரிநிலை வினைமுற்று /therinilai vinaimutru/).

E.g.

குமரன் பாடம் **படித்தான்** /kumaran paatam patiththaan/ (Kumaran studied a lesson)

Here, "படித்தான் /patiththaan/" is the definite verb. The following are also understood.

Subject	- குமரன் /kumaran/ (Kumaran)	
Tool	- கண் /kaN/, வாய் /vaai/ (Eyes, mouth)	
Act	- படித்தல் /patiththal/ (studying)	
Tense	- இறந்த காலம் /iRandha kaalam/ (Past)	
Objective	- படித்தல் /patiththal/ (studying)	

1.2. Indefinite:

The finite verbs which do not express tense definitely but show the subject, noun, and gender explicitly are called indefinite verbs (குறிப்பு வினைமுற்று /kuRippu vinaimutru/). This verb describes only the subject.

E.g.

அவன் **நல்லன்** /avan nallan/ (He [is] good)

An important trait to be noted in Tamil language is that, it does not have any articles. The above sentence actually says "He good". In order to have proper readability, Tamil sentences are translated with articles inferred from the sentences.

Here, "நல்லன் /nallan/" is the indefinite verb which shows rational noun and masculine gender. But the tense form is not shown. Only when something like, "அவன் முன்பு நல்லவன் /avan munpu nallavan/ (He was good)" or "அவன் இப்போது நல்லவன் /avan ippOdhu nallavan/ (He is good now)", is given, we can determine its tense. Such a verb is called Indefinite Verb.

2. Non-Finite Verbs:

Finite Verbs show the meaning clearly whereas Non-Finite Verbs do not completely tell us the meaning. The verb which has not terminated properly is called a Non-Finite Verb (எச்சம் /echcham/).

E.g.

செய்தான் /seydhaan/   - Finite

செய்த /seydha/   - Non-Finite

"செய்தான் /seydhaan/" gives a complete meaning whereas the Non-Finite Verb "செய்த /seydha/" needs another word to give a proper meaning. Non-Finite Verbs are of two main types: Adjectival Participles and Verbal Participles.

2.1. Adjectival Participles:

Only when the Non-Finite Verb "செய்த /seydha/" is followed by an object, like "செய்த ஆள் /seydha aaL/", it gets its proper meaning. Such verbs are Adjectival Participles (பெயரெச்சம் /peyarechcham/). These Participles are further categorized into Definite and Indefinite forms.

2.1.1. Definite:

If a Non-Finite Verb ends depending on an object and shows the act as well as tense, it is called a Definite Participle (தெரிநிலை பெயரெச்சம் /therinilai peyarechcham/).

E.g.

ஆடிய மயில் /aatiya mayil/ (The Peacock that danced)

In this sentence, "ஆடிய /aatiya/" clearly denotes past tense and the act of dancing. Also, the sentence gets complete by using "மயில் /mayil/". Thus, it is Definite Participle.

2.1.2. Indefinite:

When a Participle does not show the act or tense, but speaks about the attributes, it is called an Indefinite Participle (குறிப்பு பெயரெச்சம் /kuRippu peyarechcham/).

E.g.

பிரம்மாண்டமான மாளிகை /pirammaaNtamaana maaLikai/ (Stupendous bungalow)

The word "பிரம்மாண்டமான /pirammaaNtamaana/" does not indicate any act or tense, but says the attribute of the bungalow, and hence it is an Indefinite Participle.

2.2. Verbal Participles:

Verbal Participles (வினையெச்சம் /vinaiyechcham/) are the Non-Finite Verbs that end with a Finite Verb.

E.g.

காண வந்தான் /kaaNa vandhaan/ (He came to see)

Here, "காண /kaaNa/" is a Non-Finite Verb that gets proper meaning by ending with a Finite Verb "வந்தான் /vandhaan/". Hence, "காண" is a Verbal Participle.

2.2.1. Definite:

When the Verbal Participle explicitly shows the tense, it is called Definite Verbal Participle (தெரிநிலை வினையெச்சம் /therinilai vinaiyechcham/).

E.g.

வந்து சென்றாள் /vandhu sendraaL/ (She came and left)

In this sentence, the Non-Finite Verb "வந்து /vandhu/" ends with the Finite Verb "சென்றாள் /sendraaL/" and clearly indicates past tense and hence it is a Definite Verbal Participle.

2.2.2. Indefinite:

The Verbal Participle that does not explicitly show the tense, but symbolically gives us the meaning through the attribute, is called Indefinite Verbal Participle (குறிப்பு வினையெச்சம் /kuRippu vinaiyechcham/).

E.g.

நோயில்லாமல் வாழ்ந்தான் /nOyillaamal vaazhndhaan/ (He lived without diseases)

The Non-Finite Verb "இல்லாமல் /illaamal/" does not show any tense but indicates the attribute and relies on the Finite Verb. Therefore, it is Indefinite.

Conjugations:

Tamil language follows rich grammar. In order to understand the verbal conjugations better, let us classify them into four main categories:

- Finite Verb forms
- Non-Finite Verb forms
- Participial Noun forms
- Mood forms

Let us take the example verb, "செல்ல" (to go) and see its conjugations.

Finite Verb forms:

	Past	Present	Future
1s	சென்றேன் sendrEn	செல்கிறேன் selkiREn	செல்வேன் selvEn
1p	சென்றோம் sendrOm	செல்கிறோம் selkiROm	செல்வோம் selvOm
2s	சென்றாய் sendraai	செல்கிறாய் selkiRaai	செல்வாய் selvaai
2p	சென்றீர்கள் sendreerkaL	செல்கிறீர்கள் selkiReerkaL	செல்வீர்கள் selveerkaL
3s.m.	சென்றான் sendraan	செல்கிறான் selkiRaan	செல்வான் selvaan
3s.f.	சென்றாள் sendraaL	செல்கிறாள் selkiRaaL	செல்வாள் selvaaL
3s.n.	சென்றது sendradhu	செல்கிறது selkiRadhu	செல்லும் sellum
3s.h.	சென்றார் sendraar	செல்கிறார் selkiRaar	செல்வார் selvaar
3p. (m/f & h)	சென்றார்கள் sendraarkaL	செல்கிறார்கள் selkiRaarkaL	செல்வார்கள் selvaarkaL
3p.n.	சென்றன sendrana	செல்கின்றன selkindrana	செல்லும் sellum

Non-Finite Verb forms:

Adjectival Participle - Affirmative	சென்ற sendra
Adjectival Participle - Negative	செல்லாத sellaadha
Verbal Participle - Affirmative	சென்று sendru
Verbal Participle - Negative	செல்லாமல் sellaamal
Conditional – Affirmative	சென்றால் sendraal
Conditional – Negative	செல்லாவிட்டால் sellaavittaal
Infinitive	செல்ல sella
Immediate	சென்றதும்

	sendradhum
Concessive of fact	சென்றும் sendrum
Concessive of supposition	சென்றாலும் sendraalum

Participial forms:

	Past	Present	Future
3s.m.	சென்றவன் sendravan	செல்கிறவன் selkiRavan	செல்பவன் selpavan
3s.f.	சென்றவள் sendravaL	செல்கிறவள் selkiRavaL	செல்பவள் selpavaL
3s.n.	சென்றது sendradhu	செல்கிறது selkiRadhu	செல்வது selvadhu
3s.h.	சென்றவர் sendravar	செல்கிறவர் selkiRavar	செல்பவர் selpavar
3p. (m/f. & h)	சென்றவர்கள் sendravarkaL	செல்கிறவர்கள் selkiRavarkaL	செல்பவர்கள் selpavarkaL
3p.n.	சென்றவை sendravai	செல்கிறவை selkiRavai	செல்பவை selpavai

Mood forms:

Imperative (s)	செல் sel
Imperative (p/h)	செல்லுங்கள் sellungaL
Imperative Negative (s)	செல்லாதே sellaadhE
Imperative Negative (p/h)	செல்லாதீர்கள் sellaadheerkaL
Optative	செல்வீர் selveer
Permissive	செல்லட்டும் sellattum
Potential	செல்லலாம் sellalaam

s – singular
p – plural

n   – neuter
h   – honorific

E.g.

I have to go to the church.

நான் தேவாலயத்திற்கு செல்ல வேண்டும் /naan thEvaalayaththiRku sella vENtum/

Conjugations

1. To accept – ஏற்க (ERka)

Finite Verb forms:

	Past	Present	Future
1s	ஏற்றேன் EtrEn	ஏற்கிறேன் ERkiREn	ஏற்பேன் ERpEn
1p	ஏற்றோம் EtrOm	ஏற்கிறோம் ERkiROm	ஏற்போம் ERpOm
2s	ஏற்றாய் Etraai	ஏற்கிறாய் ERkiRaai	ஏற்பாய் ERpaai
2p	ஏற்றீர்கள் EtreerkaL	ஏற்கிறீர்கள் ERkiReerkaL	ஏற்பீர்கள் ERpeerkaL
3s.m.	ஏற்றான் Etraan	ஏற்கிறான் ERkiRaan	ஏற்பான் ERpaan
3s.f.	ஏற்றாள் EtraaL	ஏற்கிறாள் ERkiRaaL	ஏற்பாள் ERpaaL
3s.n.	ஏற்றது Etradhu	ஏற்கிறது ERkiRadhu	ஏற்கும் ERkum
3s.h.	ஏற்றார் Etraar	ஏற்கிறார் ERkiRaar	ஏற்பார் ERpaar
3p. (m/f & h)	ஏற்றார்கள் EtraarkaL	ஏற்கிறார்கள் ERkiRaarkaL	ஏற்பார்கள் ERpaarkaL
3p.n.	ஏற்றன Etrana	ஏற்கின்றன ERkindrana	ஏற்கும் ERkum

Non-Finite Verb forms:

Adjectival Participle - Affirmative	ஏற்ற Etra
Adjectival Participle - Negative	ஏற்காத ERkaadha
Verbal Participle - Affirmative	ஏற்று Etru
Verbal Participle - Negative	ஏற்காமல் ERkaamal
Conditional – Affirmative	ஏற்றால் Etraal
Conditional – Negative	ஏற்காவிட்டால் ERkaavittaal

Infinitive	ஏற்க ERka
Immediate	ஏற்றதும் Etradhum
Concessive of fact	ஏற்றும் Etrum
Concessive of supposition	ஏற்றாலும் Etraalum

Participial forms:

	Past	Present	Future
3s.m.	ஏற்றவன் Etravan	ஏற்கிறவன் ERkiRavan	ஏற்பவன் ERpavan
3s.f.	ஏற்றவள் EtravaL	ஏற்கிறவள் ERkiRavaL	ஏற்பவள் ERpavaL
3s.n.	ஏற்றது Etradhu	ஏற்கிறது ERkiRadhu	ஏற்பது ERpadhu
3s.h.	ஏற்றவர் Etravar	ஏற்கிறவர் ERkiRavar	ஏற்பவர் ERpavar
3p. (m/f. & h)	ஏற்றவர்கள் EtravarkaL	ஏற்கிறவர்கள் ERkiRavarkaL	ஏற்பவர்கள் ERpavarkaL
3p.n.	ஏற்றவை Etravai	ஏற்கிறவை ERkiRavai	ஏற்பவை ERpavai

Mood forms:

Imperative (s)	ஏற்றுக்கொள் EtrukkoL
Imperative (p/h)	ஏற்றுக்கொள்ளுங்கள் EtrukkoLLungaL
Imperative Negative (s)	ஏற்காதே ERkaadhE
Imperative Negative (p/h)	ஏற்காதீர்கள் ERkaadheerkaL
Optative	ஏற்பீர் ERpeer
Permissive	ஏற்கட்டும் ERkattum
Potential	ஏற்கலாம் ERkalaam

2. To admit – ஒப்புக்கொள்ள (oppukkoLLa)

Finite Verb forms:

	Past	Present	Future
1s	ஒப்புக்கொண்டோம் oppukkoNtOm	ஒப்புக்கொள்கிறோம் oppukkoLkiROm	ஒப்புக்கொள்வோம் oppukkoLvOm
1p	ஒப்புக்கொண்டாய் oppukkoNtaai	ஒப்புக்கொள்கிறாய் oppukkoLkiRaai	ஒப்புக்கொள்வாய் oppukkoLvaai
2s	ஒப்புக்கொண்டீர்கள் oppukkoNteerkaL	ஒப்புக்கொள்கிறீர்கள் oppukkoLkiReerkaL	ஒப்புக்கொள்வீர்கள் oppukkoLveerkaL
2p	ஒப்புக்கொண்டான் oppukkoNtaan	ஒப்புக்கொள்கிறான் oppukkoLkiRaan	ஒப்புக்கொள்வான் oppukkoLvaan
3s.m.	ஒப்புக்கொண்டாள் oppukkoNtaaL	ஒப்புக்கொள்கிறாள் oppukkoLkiRaaL	ஒப்புக்கொள்வான் oppukkoLvaan
3s.f.	ஒப்புக்கொண்டது oppukkoNtadhu	ஒப்புக்கொள்கிறது oppukkoLkiRadhu	ஒப்புக்கொள்ளும் oppukkoLLum
3s.n.	ஒப்புக்கொண்டார் oppukkoNtaar	ஒப்புக்கொள்கிறார் oppukkoLkiRaar	ஒப்புக்கொள்வார் oppukkoLvaar
3s.h.	ஒப்புக்கொண்டார்கள் oppukkoNtaarkaL	ஒப்புக்கொள்கிறார்கள் oppukkoLkiRaarkaL	ஒப்புக்கொள்வார்கள் oppukkoLvaarkaL
3p. (m/f & h)	ஒப்புக்கொண்டன oppukkoNtana	ஒப்புக்கொள்கின்றன oppukkoLkindrana	ஒப்புக்கொள்ளும் oppukkoLLum
3p.n.	ஒப்புக்கொண்டோம் oppukkoNtOm	ஒப்புக்கொள்கிறோம் oppukkoLkiROm	ஒப்புக்கொள்வோம் oppukkoLvOm

Non-Finite Verb forms:

Adjectival Participle - Affirmative	ஒப்புக்கொண்ட oppukkoNta
Adjectival Participle - Negative	ஒப்புக்கொள்ளாத oppukkoLLaadha
Verbal Participle - Affirmative	ஒப்புக்கொண்டு oppukkoNtu
Verbal Participle - Negative	ஒப்புக்கொள்ளாமல் oppukkoLLaamal
Conditional – Affirmative	ஒப்புக்கொண்டால் oppukkoNtaal
Conditional – Negative	ஒப்புக்கொள்ளாவிட்டால் oppukkoLLaavittaal
Infinitive	ஒப்புக்கொள்ள oppukkoLLa

Immediate	ஒப்புக்கொண்டதும்
	oppukkoNtadhum
Concessive of fact	ஒப்புக்கொண்டும்
	oppukkoNtum
Concessive of supposition	ஒப்புக்கொண்டாலும்
	oppukkoNtaalum

Participial forms:

	Past	Present	Future
3s.m.	ஒப்புக்கொண்டவன் oppukkoNtavan	ஒப்புக்கொள்கிறவன் oppukkoLkiRavan	ஒப்புக்கொள்பவன் oppukkoLpavan
3s.f.	ஒப்புக்கொண்டவள் oppukkoNtavaL	ஒப்புக்கொள்கிறவள் oppukkoLkiRavaL	ஒப்புக்கொள்பவள் oppukkoLpavaL
3s.n.	ஒப்புக்கொண்டது oppukkoNtadhu	ஒப்புக்கொள்கிறது oppukkoLkiRadhu	ஒப்புக்கொள்வது oppukkoLvadhu
3s.h.	ஒப்புக்கொண்டவர் oppukkoNtavar	ஒப்புக்கொள்கிறவர் oppukkoLkiRavar	ஒப்புக்கொள்பவர் oppukkoLpavar
3p. (m/f. & h)	ஒப்புக்கொண்டவர்கள் oppukkoNtavarkaL	ஒப்புக்கொள்கிறவர்கள் oppukkoLkiRavarkaL	ஒப்புக்கொள்பவர்கள் oppukkoLpavarkaL
3p.n.	ஒப்புக்கொண்டவை oppukkoNtavai	ஒப்புக்கொள்கிறவை oppukkoLkiRavai	ஒப்புக்கொள்பவை oppukkoLpavai

Mood forms:

Imperative (s)	ஒப்புக்கொள்
	oppukkoL
Imperative (p/h)	ஒப்புக்கொள்ளுங்கள்
	oppukkoLLungaL
Imperative Negative (s)	ஒப்புக்கொள்ளாதே
	oppukkoLLaadhE
Imperative Negative (p/h)	ஒப்புக்கொள்ளாதீர்கள்
	oppukkoLLaadheerkaL
Optative	ஒப்புக்கொள்வீர்
	oppukkoLveer
Permissive	ஒப்புக்கொள்ளட்டும்
	oppukkoLLattum
Potential	ஒப்புக்கொள்ளலாம்
	oppukkoLLalaam

3. To answer – பதிலளிக்க (padhilaLikka)

Finite Verb forms:

	Past	Present	Future
1s	பதிலளித்தேன் padhilaLiththEn	பதிலளிக்கிறேன் padhilaLikkiREn	பதிலளிப்பேன் padhilaLippEn
1p	பதிலளித்தோம் padhilaLiththOm	பதிலளிக்கிறோம் padhilaLikkiROm	பதிலளிப்போம் padhilaLippOm
2s	பதிலளித்தாய் padhilaLiththaai	பதிலளிக்கிறாய் padhilaLikkiRaai	பதிலளிப்பாய் padhilaLippaai
2p	பதிலளித்தீர்கள் padhilaLiththeerkaL	பதிலளிக்கிறீர்கள் padhilaLikkiReerkaL	பதிலளிப்பீர்கள் padhilaLippeerkaL
3s.m.	பதிலளித்தான் padhilaLiththaan	பதிலளிக்கிறான் padhilaLikkiRaan	பதிலளிப்பான் padhilaLippaan
3s.f.	பதிலளித்தாள் padhilaLiththaaL	பதிலளிக்கிறாள் padhilaLikkiRaaL	பதிலளிப்பாள் padhilaLippaaL
3s.n.	பதிலளித்தது padhilaLiththadhu	பதிலளிக்கிறது padhilaLikkiRadhu	பதிலளிக்கும் padhilaLikkum
3s.h.	பதிலளித்தார் padhilaLiththaar	பதிலளிக்கிறார் padhilaLikkiRaar	பதிலளிப்பார் padhilaLippaar
3p. (m/f & h)	பதிலளித்தார்கள் padhilaLiththaarkaL	பதிலளிக்கிறார்கள் padhilaLikkiRaarkaL	பதிலளிப்பார்கள் padhilaLippaarkaL
3p.n.	பதிலளித்தன padhilaLiththana	பதிலளிக்கின்றன padhilaLikkindrana	பதிலளிக்கும் padhilaLikkum

Non-Finite Verb forms:

Adjectival Participle - Affirmative	பதிலளித்த padhilaLiththa
Adjectival Participle - Negative	பதிலளிக்காத padhilaLikkaadha
Verbal Participle - Affirmative	பதிலளித்து padhilaLiththu
Verbal Participle - Negative	பதிலளிக்காமல் padhilaLikkaamal
Conditional – Affirmative	பதிலளித்தால் padhilaLiththaal
Conditional – Negative	பதிலளிக்காவிட்டால் padhilaLikkaavittaal
Infinitive	பதிலளிக்க padhilaLikka

Immediate	பதிலளித்ததும் padhilaLiththadhum
Concessive of fact	பதிலளித்தும் padhilaLiththum
Concessive of supposition	பதிலளித்தாலும் padhilaLiththaalum

Participial forms:

	Past	Present	Future
3s.m.	பதிலளித்தவன் padhilaLiththavan	பதிலளிக்கிறவன் padhilaLikkiRavan	பதிலளிப்பவன் padhilaLippavan
3s.f.	பதிலளித்தவள் padhilaLiththavaL	பதிலளிக்கிறவள் padhilaLikkiRavaL	பதிலளிப்பவள் padhilaLippavaL
3s.n.	பதிலளித்தது padhilaLiththadhu	பதிலளிக்கிறது padhilaLikkiRadhu	பதிலளிப்பது padhilaLippadhu
3s.h.	பதிலளித்தவர் padhilaLiththavar	பதிலளிக்கிறவர் padhilaLikkiRavar	பதிலளிப்பவர் padhilaLippavar
3p. (m/f. & h)	பதிலளித்தவர்கள் padhilaLiththavarkaL	பதிலளிக்கிறவர்கள் padhilaLikkiRavarkaL	பதிலளிப்பவர்கள் padhilaLippavarkaL
3p.n.	பதிலளித்தவை padhilaLiththavai	பதிலளிக்கிறவை padhilaLikkiRavai	பதிலளிப்பவை padhilaLippavai

Mood forms:

Imperative (s)	பதிலளி padhilaLi
Imperative (p/h)	பதிலளியுங்கள் padhilaLiyungaL
Imperative Negative (s)	பதிலளிக்காதே padhilaLikkaadhE
Imperative Negative (p/h)	பதிலளிக்காதீர்கள் padhilaLikkaadheerkaL
Optative	பதிலளிப்பீர் padhilaLippeer
Permissive	பதிலளிக்கட்டும் padhilaLikkattum
Potential	பதிலளிக்கலாம் padhilaLikkalaam

4. To appear – தோன்ற (thOndra)

Finite Verb forms:

	Past	Present	Future
1s	தோன்றினேன் thOndrinEn	தோன்றுகிறேன் thOndrukiREn	தோன்றுவேன் thOndruvEn
1p	தோன்றினோம் thOndrinOm	தோன்றுகிறோம் thOndrukiROm	தோன்றுவோம் thOndruvOm
2s	தோன்றினாய் thOndrinaai	தோன்றுகிறாய் thOndrukiRaai	தோன்றுவாய் thOndruvaai
2p	தோன்றினீர்கள் thOndrineerkaL	தோன்றுகிறீர்கள் thOndrukiReerkaL	தோன்றுவீர்கள் thOndruveerkaL
3s.m.	தோன்றினான் thOndrinaan	தோன்றுகிறான் thOndrukiRaan	தோன்றுவான் thOndruvaan
3s.f.	தோன்றினாள் thOndrinaaL	தோன்றுகிறாள் thOndrukiRaaL	தோன்றுவாள் thOndruvaaL
3s.n.	தோன்றியது thOndriyadhu	தோன்றுகிறது thOndrukiRadhu	தோன்றும் thOndrum
3s.h.	தோன்றினார் thOndrinaar	தோன்றுகிறார் thOndrukiRaar	தோன்றுவார் thOndruvaar
3p. (m/f & h)	தோன்றினார்கள் thOndrinaarkaL	தோன்றுகிறார்கள் thOndrukiRaarkaL	தோன்றுவார்கள் thOndruvaarkaL
3p.n.	தோன்றின thOndrina	தோன்றுகின்றன thOndrukindrana	தோன்றும் thOndrum

Non-Finite Verb forms:

Adjectival Participle - Affirmative	தோன்றிய thOndriya
Adjectival Participle - Negative	தோன்றாத thOndraadha
Verbal Participle - Affirmative	தோன்றி thOndri
Verbal Participle - Negative	தோன்றாமல் thOndraamal
Conditional – Affirmative	தோன்றினால் thOndrinaal
Conditional – Negative	தோன்றாவிட்டால் thOndraavittaal
Infinitive	தோன்ற thOndra

Immediate	தோன்றியதும் thOndriyadhum
Concessive of fact	தோன்றியும் thOndriyum
Concessive of supposition	தோன்றினாலும் thOndrinaalum

Participial forms:

	Past	Present	Future
3s.m.	தோன்றியவன் thOndriyavan	தோன்றுகிறவன் thOndrukiRavan	தோன்றுபவன் thOndrupavan
3s.f.	தோன்றியவள் thOndriyavaL	தோன்றுகிறவள் thOndrukiRavaL	தோன்றுபவள் thOndrupavaL
3s.n.	தோன்றியது thOndriyadhu	தோன்றுகிறது thOndrukiRadhu	தோன்றுவது thOndruvadhu
3s.h.	தோன்றியவர் thOndriyavar	தோன்றுகிறவர் thOndrukiRavar	தோன்றுபவர் thOndrupavar
3p. (m/f. & h)	தோன்றியவர்கள் thOndriyavarkaL	தோன்றுகிறவர்கள் thOndrukiRavarkaL	தோன்றுபவர்கள் thOndrupavarkaL
3p.n.	தோன்றியவை thOndriyavai	தோன்றுகிறவை thOndrukiRavai	தோன்றுபவை thOndrupavai

Mood forms:

Imperative (s)	தோன்று thOndru
Imperative (p/h)	தோன்றுங்கள் thOndrungaL
Imperative Negative (s)	தோன்றாதே thOndraadhE
Imperative Negative (p/h)	தோன்றாதீர்கள் thOndraadheerkaL
Optative	தோன்றுவீர் thOndruveer
Permissive	தோன்றட்டும் thOndrattum
Potential	தோன்றலாம் thOndralaam

5. To ask – கேட்க (kEtka)

Finite Verb forms:

	Past	Present	Future
1s	கேட்டேன் kEttEn	கேட்கிறேன் kEtkiREn	கேட்பேன் kEtpEn
1p	கேட்டோம் kEttOm	கேட்கிறோம் kEtkiROm	கேட்போம் kEtpOm
2s	கேட்டாய் kEttaai	கேட்கிறாய் kEtkiRaai	கேட்பாய் kEtpaai
2p	கேட்டீர்கள் kEtteerkaL	கேட்கிறீர்கள் kEtkiReerkaL	கேட்பீர்கள் kEtpeerkaL
3s.m.	கேட்டான் kEttaan	கேட்கிறான் kEtkiRaan	கேட்பான் kEtpaan
3s.f.	கேட்டாள் kEttaaL	கேட்கிறாள் kEtkiRaaL	கேட்பாள் kEtpaaL
3s.n.	கேட்டது kEttadhu	கேட்கிறது kEtkiRadhu	கேட்கும் kEtkum
3s.h.	கேட்டார் kEttaar	கேட்கிறார் kEtkiRaar	கேட்பார் kEtpaar
3p. (m/f & h)	கேட்டார்கள் kEttaarkaL	கேட்கிறார்கள் kEtkiRaarkaL	கேட்பார்கள் kEtpaarkaL
3p.n.	கேட்டன kEttana	கேட்கின்றன kEtkindrana	கேட்கும் kEtkum

Non-Finite Verb forms:

Adjectival Participle - Affirmative	கேட்ட kEtta
Adjectival Participle - Negative	கேட்காத kEtkaadha
Verbal Participle - Affirmative	கேட்டு kEttu
Verbal Participle - Negative	கேட்காமல் kEtkaamal
Conditional – Affirmative	கேட்டால் kEttaal
Conditional – Negative	கேட்காவிட்டால் kEtkaavittaal
Infinitive	கேட்க kEtka

Immediate	கேட்டதும் kEttadhum
Concessive of fact	கேட்டும் kEttum
Concessive of supposition	கேட்டாலும் kEttaalum

Participial forms:

	Past	**Present**	**Future**
3s.m.	கேட்டவன் kEttavan	கேட்கிறவன் kEtkiRavan	கேட்பவன் kEtpavan
3s.f.	கேட்டவள் kEttavaL	கேட்கிறவள் kEtkiRavaL	கேட்பவள் kEtpavaL
3s.n.	கேட்டது kEttadhu	கேட்கிறது kEtkiRadhu	கேட்பது kEtpadhu
3s.h.	கேட்டவர் kEttavar	கேட்கிறவர் kEtkiRavar	கேட்பவர் kEtpavar
3p. (m/f. & h)	கேட்டவர்கள் kEttavarkaL	கேட்கிறவர்கள் kEtkiRavarkaL	கேட்பவர்கள் kEtpavarkaL
3p.n.	கேட்டவை kEttavai	கேட்கிறவை kEtkiRavai	கேட்பவை kEtpavai

Mood forms:

Imperative (s)	கேள் kEL
Imperative (p/h)	கேளுங்கள் kELungaL
Imperative Negative (s)	கேட்காதே kEtkaadhE
Imperative Negative (p/h)	கேட்காதீர்கள் kEtkaadheerkaL
Optative	கேட்பீர் kEtpeer
Permissive	கேட்கட்டும் kEtkattum
Potential	கேட்கலாம் kEtkalaam

6. To be – இருக்க (irukka)

Finite Verb forms:

	Past	Present	Future
1s	இருந்தேன் irundhEn	இருக்கிறேன் irukkiREn	இருப்பேன் iruppEn
1p	இருந்தோம் irundhOm	இருக்கிறோம் irukkiROm	இருப்போம் iruppOm
2s	இருந்தாய் irundhaai	இருக்கிறாய் irukkiRaai	இருப்பாய் iruppaai
2p	இருந்தீர்கள் irundheerkaL	இருக்கிறீர்கள் irukkiReerkaL	இருப்பீர்கள் iruppeerkaL
3s.m.	இருந்தான் irundhaan	இருக்கிறான் irukkiRaan	இருப்பான் iruppaan
3s.f.	இருந்தாள் irundhaaL	இருக்கிறாள் irukkiRaaL	இருப்பாள் iruppaaL
3s.n.	இருந்தது irundhadhu	இருக்கிறது irukkiRadhu	இருக்கும் irukkum
3s.h.	இருந்தார் irundhaar	இருக்கிறார் irukkiRaar	இருப்பார் iruppaar
3p. (m/f & h)	இருந்தார்கள் irundhaarkaL	இருக்கிறார்கள் irukkiRaarkaL	இருப்பார்கள் iruppaarkaL
3p.n.	இருந்தன irundhana	இருக்கின்றன irukkindrana	இருக்கும் irukkum

Non-Finite Verb forms:

Adjectival Participle - Affirmative	இருந்த irundha
Adjectival Participle - Negative	இருக்காத irukkaadha
Verbal Participle - Affirmative	இருந்து irundhu
Verbal Participle - Negative	இருக்காமல் irukkaamal
Conditional – Affirmative	இருந்தால் irundhaal
Conditional – Negative	இருக்காவிட்டால் irukkaavittaal
Infinitive	இருக்க irukka

Immediate	இருந்ததும் irundhadhum
Concessive of fact	இருந்தும் irundhum
Concessive of supposition	இருந்தாலும் irundhaalum

Participial forms:

	Past	Present	Future
3s.m.	இருந்தவன் irundhavan	இருக்கிறவன் irukkiRavan	இருப்பவன் iruppavan
3s.f.	இருந்தவள் irundhavaL	இருக்கிறவள் irukkiRavaL	இருப்பவள் iruppavaL
3s.n.	இருந்தது irundhadhu	இருக்கிறது irukkiRadhu	இருப்பது iruppadhu
3s.h.	இருந்தவர் irundhavar	இருக்கிறவர் irukkiRavar	இருப்பவர் iruppavar
3p. (m/f. & h)	இருந்தவர்கள் irundhavarkaL	இருக்கிறவர்கள் irukkiRavarkaL	இருப்பவர்கள் iruppavarkaL
3p.n.	இருந்தவை irundhavai	இருக்கிறவை irukkiRavai	இருப்பவை iruppavai

Mood forms:

Imperative (s)	இரு iru
Imperative (p/h)	இருங்கள் irungaL
Imperative Negative (s)	இருக்காதே irukkaadhE
Imperative Negative (p/h)	இருக்காதீர்கள் irukkaadheerkaL
Optative	இருப்பீர் iruppeer
Permissive	இருக்கட்டும் irukkattum
Potential	இருக்கலாம் irukkalaam

7. To be able to – முடிய (mutiya)

Finite Verb forms:

	Past	Present	Future
1s			
1p			
2s			
2p			
3s.m.	முடிந்தது mutindhadhu	முடிகிறது mutikiradhu	முடியும் mutiyum
3s.f.			
3s.n.			
3s.h.			
3p. (m/f & h)			
3p.n.			

Non-Finite Verb forms:

Adjectival Participle - Affirmative	முடிந்த mutindha
Adjectival Participle - Negative	முடியாத mutiyaadha
Verbal Participle - Affirmative	முடிந்து mutindhu
Verbal Participle - Negative	முடியாமல் mutiyaamal
Conditional – Affirmative	முடிந்தால் mutindhaal
Conditional – Negative	முடியாவிட்டால் mutiyaavittaal
Infinitive	முடிய mutiya
Immediate	முடிந்ததும் mutinthadhum
Concessive of fact	முடிந்தும் mutindhum
Concessive of supposition	முடிந்தாலும் mutindhaalum

Participial forms:

	Past	Present	Future
3s.m.	முடிந்தவன் mutindhavan	முடிக்கிறவன் mutikkiRavan	முடிப்பவன் mutippavan

3s.f.	முடிந்தவள் mutindhavaL	முடிக்கிறவள் mutikkiRavaL	முடிப்பவள் mutippavaL
3s.n.	முடிந்தது mutindhadhu	முடிக்கிறது mutikkiRadhu	முடிவது mutivadhu
3s.h.	முடிந்தவர் mutindhavar	முடிக்கிறவர் mutikkiRavar	முடிப்பவர் mutippavar
3p. (m/f. & h)	முடிந்தவர்கள் mutindhavarkaL	முடிக்கிறவர்கள் mutikkiRavarkaL	முடிப்பவர்கள் mutippavarkaL
3p.n.	முடிந்தவை mutindhavai	முடிக்கிறவை mutikkiRavai	முடிப்பவை mutippavai

Mood forms:

Imperative (s)	-
Imperative (p/h)	-
Imperative Negative (s)	-
Imperative Negative (p/h)	-
Optative	முடிப்பீர் mutippeer
Permissive	முடியட்டும் mutiyattum
Potential	முடியலாம் mutiyalaam

8. To become – ஆக (aaka)

Finite Verb forms:

	Past	Present	Future
1s	ஆகினேன் aakinEn	ஆகுகிறேன் aakukiREn	ஆகுவேன் aakuvEn
1p	ஆகினோம் aakinOm	ஆகுகிறோம் aakukiROm	ஆகுவோம் aakuvOm
2s	ஆகினாய் aakinaai	ஆகுகிறாய் aakukiRaai	ஆகுவாய் aakuvaai
2p	ஆகினீர்கள் aakineerkaL	ஆகுகிறீர்கள் aakukiReerkaL	ஆகுவீர்கள் aakuveerkaL
3s.m.	ஆகினான் aakinaan	ஆகுகிறான் aakukiRaan	ஆகுவான் aakuvaan
3s.f.	ஆகினாள் aakinaaL	ஆகுகிறாள் aakukiRaaL	ஆகுவாள் aakuvaaL
3s.n.	ஆகியது aakiyadhu	ஆகுகிறது aakukiRadhu	ஆகும் aakum
3s.h.	ஆகினார் aakinaar	ஆகுகிறார் aakukiRaar	ஆகுவார் aakuvaar
3p. (m/f & h)	ஆகினார்கள் aakinaarkaL	ஆகுகிறார்கள் aakukiRaarkaL	ஆகுவார்கள் aakuvaarkaL
3p.n.	ஆகின aakina	ஆகுகின்றன aakukindRana	ஆகும் aakum

Non-Finite Verb forms:

Adjectival Participle - Affirmative	ஆகின aakina
Adjectival Participle - Negative	ஆகாத aakaadha
Verbal Participle - Affirmative	ஆகி aaki
Verbal Participle - Negative	ஆகாமல் aakaamal
Conditional – Affirmative	ஆகினால் aakinaal
Conditional – Negative	ஆகாவிட்டால் aakaavittaal
Infinitive	ஆக aaka

Immediate	ஆகியதும் aakiyadhum
Concessive of fact	ஆகியும் aakiyum
Concessive of supposition	ஆகினாலும் aakinaalum

Participial forms:

	Past	Present	Future
3s.m.	ஆகியவன் aakiyavan	ஆகுகிறவன் aakukiRavan	ஆகுபவன் aakupavan
3s.f.	ஆகியவள் aakiyavaL	ஆகுகிறவள் aakukiRavaL	ஆகுபவள் aakupavaL
3s.n.	ஆகியது aakiyadhu	ஆகுகிறது aakukiRadhu	ஆகுவது aakuvadhu
3s.h.	ஆகியவர் aakiyavar	ஆகுகிறவர் aakukiRavar	ஆகுபவர் aakupavar
3p. (m/f. & h)	ஆகியவர்கள் aakiyavarkaL	ஆகுகிறவர்கள் aakukiRavarkaL	ஆகுபவர்கள் aakupavarkaL
3p.n.	ஆகியவை aakiyavai	ஆகுகிறவை aakukiRavai	ஆகுபவை aakupavai

Mood forms:

Imperative (s)	ஆகு aaku
Imperative (p/h)	ஆகுங்கள் aakungaL
Imperative Negative (s)	ஆகாதே aakaadhE
Imperative Negative (p/h)	ஆகாதீர்கள் aakaadheerkaL
Optative	ஆகுவீர் aakuveer
Permissive	ஆகட்டும் aakattum
Potential	ஆகலாம் aakalaam

9. To begin – துவங்க (thuvanga)

Finite Verb forms:

	Past	Present	Future
1s	துவங்கினேன் thuvanginEn	துவங்குகிறேன் thuvangukiREn	துவங்குவேன் thuvanguvEn
1p	துவங்கினோம் thuvanginOm	துவங்குகிறோம் thuvangukiROm	துவங்குவோம் thuvanguvOm
2s	துவங்கினாய் thuvanginaai	துவங்குகிறாய் thuvangukiRaai	துவங்குவாய் thuvanguvaai
2p	துவங்கினீர்கள் thuvangineerkaL	துவங்குகிறீர்கள் thuvangukiReerkaL	துவங்குவீர்கள் thuvanguveerkaL
3s.m.	துவங்கினான் thuvanginaan	துவங்குகிறான் thuvangukiRaan	துவங்குவான் thuvanguvaan
3s.f.	துவங்கினாள் thuvanginaaL	துவங்குகிறாள் thuvangukiRaaL	துவங்குவாள் thuvanguvaaL
3s.n.	துவங்கியது thuvangiyadhu	துவங்குகிறது thuvangukiRadhu	துவங்கும் thuvangum
3s.h.	துவங்கினார் thuvanginaar	துவங்குகிறார் thuvangukiRaar	துவங்குவார் thuvanguvaar
3p. (m/f & h)	துவங்கினார்கள் thuvanginaarkaL	துவங்குகிறார்கள் thuvangukiRaarkaL	துவங்குவார்கள் thuvanguvaarkaL
3p.n.	துவங்கின thuvangina	துவங்குகின்றன thuvangukindrana	துவங்கும் thuvangum

Non-Finite Verb forms:

Adjectival Participle - Affirmative	துவங்கிய thuvangiya
Adjectival Participle - Negative	துவங்காத thuvangaadha
Verbal Participle - Affirmative	துவங்கி thuvangi
Verbal Participle - Negative	துவங்காமல் thuvangaamal
Conditional – Affirmative	துவங்கினால் thuvanginaal
Conditional – Negative	துவங்காவிட்டால் thuvangaavittaal
Infinitive	துவங்க thuvanga

Immediate	துவங்கியதும்
	thuvangiyadhum
Concessive of fact	துவங்கியும்
	thuvangiyum
Concessive of supposition	துவங்கினாலும்
	thuvanginaalum

Participial forms:

	Past	Present	Future
3s.m.	துவங்கியவன் thuvangiyavan	துவங்குகிறவன் thuvangukiRavan	துவங்குபவன் thuvangupavan
3s.f.	துவங்கியவள் thuvangiyavaL	துவங்குகிறவள் thuvangukiRavaL	துவங்குபவள் thuvangupavaL
3s.n.	துவங்கியது thuvangiyadhu	துவங்குகிறது thuvangukiRadhu	துவங்குவது thuvanguvadhu
3s.h.	துவங்கியவர் thuvangiyavar	துவங்குகிறவர் thuvangukiRavar	துவங்குபவர் thuvangupavar
3p. (m/f. & h)	துவங்கியவர்கள் thuvangiyavarkaL	துவங்குகிறவர்கள் thuvangukiRavarkaL	துவங்குபவர்கள் thuvangupavarkaL
3p.n.	துவங்கியவை thuvangiyavai	துவங்குகிறவை thuvangukiRavai	துவங்குபவை thuvangupavai

Mood forms:

Imperative (s)	துவங்கு
	thuvangu
Imperative (p/h)	துவங்குங்கள்
	thuvangungaL
Imperative Negative (s)	துவங்காதே
	thuvangaadhE
Imperative Negative (p/h)	துவங்காதீர்கள்
	thuvangaadheerkaL
Optative	துவங்குவீர்
	thuvanguveer
Permissive	துவங்கட்டும்
	thuvangattum
Potential	துவங்கலாம்
	thuvangalaam

10. To break – உடைக்க (utaikka)

Finite Verb forms:

	Past	Present	Future
1s	உடைத்தேன் utaiththEn	உடைக்கிறேன் utaikkiREn	உடைப்பேன் utaippEn
1p	உடைத்தோம் utaiththOm	உடைக்கிறோம் utaikkiROm	உடைப்போம் utaippOm
2s	உடைத்தாய் utaiththaai	உடைக்கிறாய் utaikkiRaai	உடைப்பாய் utaippaai
2p	உடைத்தீர்கள் utaiththeerkaL	உடைக்கிறீர்கள் utaikkiReerkaL	உடைப்பீர்கள் utaippeerkaL
3s.m.	உடைத்தான் utaiththaan	உடைக்கிறான் utaikkiRaan	உடைப்பான் utaippaan
3s.f.	உடைத்தாள் utaiththaaL	உடைக்கிறாள் utaikkiRaaL	உடைப்பாள் utaippaaL
3s.n.	உடைத்தது utaiththadhu	உடைக்கிறது utaikkiRadhu	உடைக்கும் utaikkum
3s.h.	உடைத்தார் utaiththaar	உடைக்கிறார் utaikkiRaar	உடைப்பார் utaippaar
3p. (m/f & h)	உடைத்தார்கள் utaiththaarkaL	உடைக்கிறார்கள் utaikkiRaarkaL	உடைப்பார்கள் utaippaarkaL
3p.n.	உடைத்தன utaiththana	உடைக்கின்றன utaikkindrana	உடைக்கும் utaikkum

Non-Finite Verb forms:

Adjectival Participle - Affirmative	உடைத்த utaiththa
Adjectival Participle - Negative	உடைக்காத utaikkaadha
Verbal Participle - Affirmative	உடைத்து utaiththu
Verbal Participle - Negative	உடைக்காமல் utaikkaamal
Conditional – Affirmative	உடைத்தால் utaiththaal
Conditional – Negative	உடைக்காவிட்டால் utaikkaavittaal
Infinitive	உடைக்க utaikka

31

Immediate	உடைத்ததும் utaiththadhum
Concessive of fact	உடைத்தும் utaiththum
Concessive of supposition	உடைத்தாலும் utaiththaalum

Participial forms:

	Past	Present	Future
3s.m.	உடைத்தவன் utaiththavan	உடைக்கிறவன் utaikkiRavan	உடைப்பவன் utaippavan
3s.f.	உடைத்தவள் utaiththavaL	உடைக்கிறவள் utaikkiRavaL	உடைப்பவள் utaippavaL
3s.n.	உடைத்தது utaiththadhu	உடைக்கிறது utaikkiRadhu	உடைப்பது utaippadhu
3s.h.	உடைத்தவர் utaiththavar	உடைக்கிறவர் utaikkiRavar	உடைப்பவர் utaippavar
3p. (m/f. & h)	உடைத்தவர்கள் utaiththavarkaL	உடைக்கிறவர்கள் utaikkiRavarkaL	உடைப்பவர்கள் utaippavarkaL
3p.n.	உடைத்தவை utaiththavai	உடைக்கிறவை utaikkiRavai	உடைப்பவை utaippavai

Mood forms:

Imperative (s)	உடை utai
Imperative (p/h)	உடையுங்கள் utaiyungaL
Imperative Negative (s)	உடைக்காதே utaikkaadhE
Imperative Negative (p/h)	உடைக்காதீர்கள் utaikkaadheerkaL
Optative	உடைப்பீர் utaippeer
Permissive	உடைக்கட்டும் utaikkattum
Potential	உடைக்கலாம் utaikkalaam

11. To breathe – சுவாசிக்க (suvaasikka)

Finite Verb forms:

	Past	Present	Future
1s	சுவாசித்தேன் suvaasiththEn	சுவாசிக்கிறான் suvaasikkiRaan	சுவாசிப்பேன் suvaasippEn
1p	சுவாசித்தோம் suvaasiththOm	சுவாசிக்கிறோம் suvaasikkiROm	சுவாசிப்போம் suvaasippOm
2s	சுவாசித்தாய் suvaasiththaai	சுவாசிக்கிறாய் suvaasikkiRaai	சுவாசிப்பாய் suvaasippaai
2p	சுவாசித்தீர்கள் suvaasiththeerkaL	சுவாசிக்கிறீர்கள் suvaasikkiReerkaL	சுவாசிப்பீர்கள் suvaasippeerkaL
3s.m.	சுவாசித்தான் suvaasiththaan	சுவாசிக்கிறான் suvaasikkiRaan	சுவாசிப்பான் suvaasippaan
3s.f.	சுவாசித்தாள் suvaasiththaaL	சுவாசிக்கிறாள் suvaasikkiRaaL	சுவாசிப்பாள் suvaasippaaL
3s.n.	சுவாசித்தது suvaasiththadhu	சுவாசிக்கிறது suvaasikkiRadhu	சுவாசிக்கும் suvaasikkum
3s.h.	சுவாசித்தார் suvaasiththaar	சுவாசிக்கிறார் suvaasikkiRaar	சுவாசிப்பார் suvaasippaar
3p. (m/f & h)	சுவாசித்தார்கள் suvaasiththaarkaL	சுவாசிக்கிறார்கள் suvaasikkiRaarkaL	சுவாசிப்பார்கள் suvaasippaarkaL
3p.n.	சுவாசித்தன suvaasiththana	சுவாசிக்கின்றன suvaasikkindrana	சுவாசிக்கும் suvaasikkum

Non-Finite Verb forms:

Adjectival Participle - Affirmative	சுவாசித்த suvaasiththa
Adjectival Participle - Negative	சுவாசிக்காத suvaasikkaadha
Verbal Participle - Affirmative	சுவாசித்து suvaasiththu
Verbal Participle - Negative	சுவாசிக்காமல் suvaasikkaamal
Conditional – Affirmative	சுவாசித்தால் suvaasiththaal
Conditional – Negative	சுவாசிக்காவிட்டால் suvaasikkaavittaal
Infinitive	சுவாசிக்க suvaasikka

Immediate	சுவாசித்ததும் suvaasiththadhum
Concessive of fact	சுவாசித்தும் suvaasiththum
Concessive of supposition	சுவாசித்தாலும் suvaasiththaalum

Participial forms:

	Past	Present	Future
3s.m.	சுவாசித்தவன் suvaasiththavan	சுவாசிக்கிறவன் suvaasikkiRavan	சுவாசிப்பவன் suvaasippavan
3s.f.	சுவாசித்தவள் suvaasiththavaL	சுவாசிக்கிறவள் suvaasikkiRavaL	சுவாசிப்பவள் suvaasippavaL
3s.n.	சுவாசித்தது suvaasiththadhu	சுவாசிக்கிறது suvaasikkiRadhu	சுவாசிப்பது suvaasippadhu
3s.h.	சுவாசித்தவர் suvaasiththavar	சுவாசிக்கிறவர் suvaasikkiRavar	சுவாசிப்பவர் suvaasippavar
3p. (m/f. & h)	சுவாசித்தவர்கள் suvaasiththavarkaL	சுவாசிக்கிறவர்கள் suvaasikkiRavarkaL	சுவாசிப்பவர்கள் suvaasippavarkaL
3p.n.	சுவாசித்தவை suvaasiththavai	சுவாசிக்கிறவை suvaasikkiRavai	சுவாசிப்பவை suvaasippavai

Mood forms:

Imperative (s)	சுவாசி suvaasi
Imperative (p/h)	சுவாசியுங்கள் suvaasiyungaL
Imperative Negative (s)	சுவாசிக்காதே suvaasikkaadhE
Imperative Negative (p/h)	சுவாசிக்காதீர்கள் suvaasikkaadheerkaL
Optative	சுவாசிப்பீர் suvaasippeer
Permissive	சுவாசிக்கட்டும் suvaasikkattum
Potential	சுவாசிக்கலாம் suvaasikkalaam

12. To buy – வாங்க (vaanga)

Finite Verb forms:

	Past	Present	Future
1s	வாங்கினேன் vaanginEn	வாங்குகிறேன் vaangukiREn	வாங்குவேன் vaanguvEn
1p	வாங்கினோம் vaanginOm	வாங்குகிறோம் vaangukiROm	வாங்குவோம் vaanguvOm
2s	வாங்கினாய் vaanginaai	வாங்குகிறாய் vaangukiRaai	வாங்குவாய் vaanguvaai
2p	வாங்கினீர்கள் vaangineerkaL	வாங்குகிறீர்கள் vaangukiReerkaL	வாங்குவீர்கள் vaanguveerkaL
3s.m.	வாங்கினான் vaanginaan	வாங்குகிறான் vaangukiRaan	வாங்குவான் vaanguvaan
3s.f.	வாங்கினாள் vaanginaaL	வாங்குகிறாள் vaangukiRaaL	வாங்குவாள் vaanguvaaL
3s.n.	வாங்கியது vaangiyadhu	வாங்குகிறது vaangukiRadhu	வாங்கும் vaangum
3s.h.	வாங்கினார் vaanginaar	வாங்குகிறார் vaangukiRaar	வாங்குவார் vaanguvaar
3p. (m/f & h)	வாங்கினார்கள் vaanginaarkaL	வாங்குகிறார்கள் vaangukiRaarkaL	வாங்குவார்கள் vaanguvaarkaL
3p.n.	வாங்கின vaangina	வாங்குகின்றன vaangukindrana	வாங்கும் vaangum

Non-Finite Verb forms:

Adjectival Participle - Affirmative	வாங்கிய vaangiya
Adjectival Participle - Negative	வாங்காத vaangaadha
Verbal Participle - Affirmative	வாங்கி vaangi
Verbal Participle - Negative	வாங்காமல் vaangaamal
Conditional – Affirmative	வாங்கினால் vaanginaal
Conditional – Negative	வாங்காவிட்டால் vaangaavittaal
Infinitive	வாங்க vaanga

Immediate	வாங்கியதும் vaangiyadhum
Concessive of fact	வாங்கியும் vaangiyum
Concessive of supposition	வாங்கினாலும் vaanginaalum

Participial forms:

	Past	Present	Future
3s.m.	வாங்கியவன் vaangiyavan	வாங்குகிறவன் vaangukiRavan	வாங்குபவன் vaangupavan
3s.f.	வாங்கியவள் vaangiyavaL	வாங்குகிறவள் vaangukiRavaL	வாங்குபவள் vaangupavaL
3s.n.	வாங்கியது vaangiyadhu	வாங்குகிறது vaangukiRadhu	வாங்குவது vaanguvadhu
3s.h.	வாங்கியவர் vaangiyavar	வாங்குகிறவர் vaangukiRavar	வாங்குபவர் vaangupavar
3p. (m/f. & h)	வாங்கியவர்கள் vaangiyavarkaL	வாங்குகிறவர்கள் vaangukiRavarkaL	வாங்குபவர்கள் vaangupavarkaL
3p.n.	வாங்கியவை vaangiyavai	வாங்குகிறவை vaangukiRavai	வாங்குபவை vaangupavai

Mood forms:

Imperative (s)	வாங்கு vaangu
Imperative (p/h)	வாங்குங்கள் vaangungaL
Imperative Negative (s)	வாங்காதே vaangaadhE
Imperative Negative (p/h)	வாங்காதீர்கள் vaangaadheerkaL
Optative	வாங்குவீர் vaanguveer
Permissive	வாங்கட்டும் vaangattum
Potential	வாங்கலாம் vaangalaam

13. To call – அழைக்க (azhaikka)

Finite Verb forms:

	Past	Present	Future
1s	அழைத்தேன் azhaiththEn	அழைக்கிறேன் azhaikkiREn	அழைப்பேன் azhaippEn
1p	அழைத்தோம் azhaiththOm	அழைக்கிறோம் azhaikkiROm	அழைப்போம் azhaippOm
2s	அழைத்தாய் azhaiththaai	அழைக்கிறாய் azhaikkiRaai	அழைப்பாய் azhaippaai
2p	அழைத்தீர்கள் azhaiththeerkaL	அழைக்கிறீர்கள் azhaikkiReerkaL	அழைப்பீர்கள் azhaippeerkaL
3s.m.	அழைத்தான் azhaiththaan	அழைக்கிறான் azhaikkiRaan	அழைப்பான் azhaippaan
3s.f.	அழைத்தாள் azhaiththaaL	அழைக்கிறாள் azhaikkiRaaL	அழைப்பாள் azhaippaaL
3s.n.	அழைத்தது azhaiththadhu	அழைக்கிறது azhaikkiRadhu	அழைக்கும் azhaikkum
3s.h.	அழைத்தார் azhaiththaar	அழைக்கிறார் azhaikkiRaar	அழைப்பார் azhaippaar
3p. (m/f & h)	அழைத்தார்கள் azhaiththaarkaL	அழைக்கிறார்கள் azhaikkiRaarkaL	அழைப்பார்கள் azhaippaarkaL
3p.n.	அழைத்தன azhaiththana	அழைக்கின்றன azhaikkindrana	அழைக்கும் azhaikkum

Non-Finite Verb forms:

Adjectival Participle - Affirmative	அழைத்த azhaiththa
Adjectival Participle - Negative	அழைக்காத azhaikkaadha
Verbal Participle - Affirmative	அழைத்து azhaiththu
Verbal Participle - Negative	அழைக்காமல் azhaikkaamal
Conditional – Affirmative	அழைத்தால் azhaiththaal
Conditional – Negative	அழைக்காவிட்டால் azhaikkaavittaal
Infinitive	அழைக்க azhaikka

Immediate	அழைத்ததும் azhaiththadhum
Concessive of fact	அழைத்தும் azhaiththum
Concessive of supposition	அழைத்தாலும் azhaiththaalum

Participial forms:

	Past	Present	Future
3s.m.	அழைத்தவன் azhaiththavan	அழைக்கிறவன் azhaikkiRavan	அழைப்பவன் azhaippavan
3s.f.	அழைத்தவள் azhaiththavaL	அழைக்கிறவள் azhaikkiRavaL	அழைப்பவள் azhaippavaL
3s.n.	அழைத்தது azhaiththadhu	அழைக்கிறது azhaikkiRadhu	அழைப்பது azhaippadhu
3s.h.	அழைத்தவர் azhaiththavar	அழைக்கிறவர் azhaikkiRavar	அழைப்பவர் azhaippavar
3p. (m/f. & h)	அழைத்தவர்கள் azhaiththavarkaL	அழைக்கிறவர்கள் azhaikkiRavarkaL	அழைப்பவர்கள் azhaippavarkaL
3p.n.	அழைத்தவை azhaiththavai	அழைக்கிறவை azhaikkiRavai	அழைப்பவை azhaippavai

Mood forms:

Imperative (s)	அழை azhai
Imperative (p/h)	அழையுங்கள் azhaiyungaL
Imperative Negative (s)	அழைக்காதே azhaikkaadhE
Imperative Negative (p/h)	அழைக்காதீர்கள் azhaikkaadheerkaL
Optative	அழைப்பீர் azhaippeer
Permissive	அழைக்கட்டும் azhaikkattum
Potential	அழைக்கலாம் azhaikkalaam

14. To can – முடிய (mutiya)

Finite Verb forms:

<table>
<tr><th></th><th>Past</th><th>Present</th><th>Future</th></tr>
<tr><td>1s</td><td rowspan="10">முடிந்தது
mutindhadhu</td><td rowspan="10">முடிகிறது
mutikiRadhu</td><td rowspan="10">முடியும்
mutiyum</td></tr>
<tr><td>1p</td></tr>
<tr><td>2s</td></tr>
<tr><td>2p</td></tr>
<tr><td>3s.m.</td></tr>
<tr><td>3s.f.</td></tr>
<tr><td>3s.n.</td></tr>
<tr><td>3s.h.</td></tr>
<tr><td>3p. (m/f & h)</td></tr>
<tr><td>3p.n.</td></tr>
</table>

Non-Finite Verb forms:

Adjectival Participle - Affirmative	முடிந்த mutindha
Adjectival Participle - Negative	முடியாத mutiyaadha
Verbal Participle - Affirmative	முடிந்து mutindhu
Verbal Participle - Negative	முடியாமல் mutiyaamal
Conditional – Affirmative	முடிந்தால் mutindhaal
Conditional – Negative	முடியாவிட்டால் mutiyaavittaal
Infinitive	முடிய mutiya
Immediate	முடிந்ததும் mutinthadhum
Concessive of fact	முடிந்தும் mutindhum
Concessive of supposition	முடிந்தாலும் mutindhaalum

Participial forms:

	Past	Present	Future
3s.m.	முடிந்தவன் mutindhavan	முடிக்கிறவன் mutikkiRavan	முடிப்பவன் mutippavan

3s.f.	முடிந்தவள் mutindhavaL	முடிக்கிறவள் mutikkiRavaL	முடிப்பவள் mutippavaL
3s.n.	முடிந்தது mutindhadhu	முடிக்கிறது mutikkiRadhu	முடிவது mutivadhu
3s.h.	முடிந்தவர் mutindhavar	முடிக்கிறவர் mutikkiRavar	முடிப்பவர் mutippavar
3p. (m/f. & h)	முடிந்தவர்கள் mutindhavarkaL	முடிக்கிறவர்கள் mutikkiRavarkaL	முடிப்பவர்கள் mutippavarkaL
3p.n.	முடிந்தவை mutindhavai	முடிக்கிறவை mutikkiRavai	முடிப்பவை mutippavai

Mood forms:

Imperative (s)	-
Imperative (p/h)	-
Imperative Negative (s)	-
Imperative Negative (p/h)	-
Optative	முடிப்பீர் mutippeer
Permissive	முடியட்டும் mutiyattum
Potential	முடியலாம் mutiyalaam

15. To choose – தேர்ந்தெடுக்க (thErndhetukka)

Finite Verb forms:

	Past	Present	Future
1s	தேர்ந்தெடுத்தேன் thErndhetuththEn	தேர்ந்தெடுக்கிறேன் thErndhetukkiREn	தேர்ந்தெடுப்பேன் thErndhetuppEn
1p	தேர்ந்தெடுத்தோம் thErndhetuththOm	தேர்ந்தெடுக்கிறோம் thErndhetukkiROm	தேர்ந்தெடுப்போம் thErndhetuppOm
2s	தேர்ந்தெடுத்தாய் thErndhetuththaai	தேர்ந்தெடுக்கிறாய் thErndhetukkiRaai	தேர்ந்தெடுப்பாய் thErndhetuppaai
2p	தேர்ந்தெடுத்தீர்கள் thErndhetuththeerkaL	தேர்ந்தெடுக்கிறீர்கள் thErndhetukkiReerkaL	தேர்ந்தெடுப்பீர்கள் thErndhetuppeerkaL
3s.m.	தேர்ந்தெடுத்தான் thErndhetuththaan	தேர்ந்தெடுக்கிறான் thErndhetukkiRaan	தேர்ந்தெடுப்பான் thErndhetuppaan
3s.f.	தேர்ந்தெடுத்தாள் thErndhetuththaaL	தேர்ந்தெடுக்கிறாள் thErndhetukkiRaaL	தேர்ந்தெடுப்பாள் thErndhetuppaaL
3s.n.	தேர்ந்தெடுத்தது thErndhetuththadhu	தேர்ந்தெடுக்கிறது thErndhetukkiRadhu	தேர்ந்தெடுக்கும் thErndhetukkum
3s.h.	தேர்ந்தெடுத்தார் thErndhetuththaar	தேந்தேடுக்கிறார் thEndhEtukkiRaar	தேர்ந்தெடுப்பார் thErndhetuppaar
3p. (m/f & h)	தேர்ந்தெடுத்தார்கள் thErndhetuththaarkaL	தேர்ந்தெடுக்கிறார்கள் thErndhetukkiRaarkaL	தேர்ந்தெடுப்பார்கள் thErndhetuppaarkaL
3p.n.	தேர்ந்தெடுத்தன thErndhetuththana	தேர்ந்தெடுக்கின்றன thErndhetukkindrana	தேர்ந்தெடுக்கும் thErndhetukkum

Non-Finite Verb forms:

Adjectival Participle - Affirmative	தேர்ந்தெடுத்த thErndhetuththa
Adjectival Participle - Negative	தேர்ந்தெடுக்காத thErndhetukkaadha
Verbal Participle - Affirmative	தேர்ந்தெடுத்து thErndhetuththu
Verbal Participle - Negative	தேர்ந்தெடுக்காமல் thErndhetukkaamal
Conditional – Affirmative	தேர்ந்தெடுத்தால் thErndhetuththaal
Conditional – Negative	தேர்ந்தெடுக்காவிட்டால் thErndhetukkaavittaal
Infinitive	தேர்ந்தெடுக்க thErndhetukka

Immediate	தேர்ந்தெடுத்ததும் thErndhetuththadhum
Concessive of fact	தேர்ந்தெடுத்தும் thErndhetuththum
Concessive of supposition	தேர்ந்தெடுத்தாலும் thErndhetuththaalum

Participial forms:

	Past	Present	Future
3s.m.	தேர்ந்தெடுத்தவன் thErndhetuththavan	தேர்ந்தெடுக்கிறவன் thErndhetukkiRavan	தேர்ந்தெடுப்பவன் thErndhetuppavan
3s.f.	தேர்ந்தெடுத்தவள் thErndhetuththavaL	தேர்ந்தெடுக்கிறவள் thErndhetukkiRavaL	தேர்ந்தெடுப்பவள் thErndhetuppavaL
3s.n.	தேர்ந்தெடுத்தது thErndhetuththadhu	தேர்ந்தெடுக்கிறது thErndhetukkiRadhu	தேர்ந்தெடுப்பது thErndhetuppadhu
3s.h.	தேர்ந்தெடுத்தவர் thErndhetuththavar	தேர்ந்தெடுக்கிறவர் thErndhetukkiRavar	தேர்ந்தெடுப்பவர் thErndhetuppavar
3p. (m/f. & h)	தேர்ந்தெடுத்தவர்கள் thErndhetuththavarkaL	தேர்ந்தெடுக்கிறவர்கள் thErndhetukkiRavarkaL	தேர்ந்தெடுப்பவர்கள் thErndhetuppavarkaL
3p.n.	தேர்ந்தெடுத்தவை thErndhetuththavai	தேர்ந்தெடுக்கிறவை thErndhetukkiRavai	தேர்ந்தெடுப்பவை thErndhetuppavai

Mood forms:

Imperative (s)	தேர்ந்தெடு thErndhetu
Imperative (p/h)	தேர்ந்தெடுங்கள் thErndhetungaL
Imperative Negative (s)	தேர்ந்தெடுக்காதே thErndhetukkaadhE
Imperative Negative (p/h)	தேர்ந்தெடுக்காதீர்கள் thErndhetukkaadheerkaL
Optative	தேர்ந்தெடுப்பீர் thErndhetuppeer
Permissive	தேர்ந்தெடுக்கட்டும் thErndhetukkattum
Potential	தேர்ந்தெடுக்கலாம் thErndhetukkalaam

16. To close – மூட (moota)

Finite Verb forms:

	Past	Present	Future
1s	மூடினேன் mootinEn	மூடுகிறேன் mootukiREn	மூடுவேன் mootuvEn
1p	மூடினோம் mootinOm	மூடுகிறோம் mootukiROm	மூடுவோம் mootuvOm
2s	மூடினாய் mootinaai	மூடுகிறாய் mootukiRaai	மூடுவாய் mootuvaai
2p	மூடினீர்கள் mootineerkaL	மூடுகிறீர்கள் mootukiReerkaL	மூடுவீர்கள் mootuveerkaL
3s.m.	மூடினான் mootinaan	மூடுகிறான் mootukiRaan	மூடுவான் mootuvaan
3s.f.	மூடினாள் mootinaaL	மூடுகிறாள் mootukiRaaL	மூடுவாள் mootuvaaL
3s.n.	மூடியது mootiyadhu	மூடுகிறது mootukiRadhu	மூடும் mootum
3s.h.	மூடினார் mootinaar	மூடுகிறார் mootukiRaar	மூடுவார் mootuvaar
3p. (m/f & h)	மூடினார்கள் mootinaarkaL	மூடுகிறார்கள் mootukiRaarkaL	மூடுவார்கள் mootuvaarkaL
3p.n.	மூடின mootina	மூடுகின்றன mootukindrana	மூடும் mootum

Non-Finite Verb forms:

Adjectival Participle - Affirmative	மூடிய mootiya
Adjectival Participle - Negative	மூடாத mootaadha
Verbal Participle - Affirmative	மூடி mooti
Verbal Participle - Negative	மூடாமல் mootaamal
Conditional – Affirmative	மூடினால் mootinaal
Conditional – Negative	மூடாவிட்டால் mootaavittaal
Infinitive	மூட moota

Immediate	மூடியதும் mootiyadhum
Concessive of fact	மூடியும் mootiyum
Concessive of supposition	மூடினாலும் mootinaalum

Participial forms:

	Past	**Present**	**Future**
3s.m.	மூடியவன் mootiyavan	மூடுகிறவன் mootukiRavan	மூடுபவன் mootupavan
3s.f.	மூடியவள் mootiyavaL	மூடுகிறவள் mootukiRavaL	மூடுபவள் mootupavaL
3s.n.	மூடியது mootiyadhu	மூடுகிறது mootukiRadhu	மூடுவது mootuvadhu
3s.h.	மூடியவர் mootiyavar	மூடுகிறவர் mootukiRavar	மூடுபவர் mootupavar
3p. (m/f. & h)	மூடியவர்கள் mootiyavarkaL	மூடுகிறவர்கள் mootukiRavarkaL	மூடுபவர்கள் mootupavarkaL
3p.n.	மூடியவை mootiyavai	மூடுகிறவை mootukiRavai	மூடுபவை mootupavai

Mood forms:

Imperative (s)	மூடு mootu
Imperative (p/h)	மூடுங்கள் mootungaL
Imperative Negative (s)	மூடாதே mootaadhE
Imperative Negative (p/h)	மூடாதீர்கள் mootaadheerkaL
Optative	மூடுவீர mootuveer
Permissive	மூடட்டும் mootattum
Potential	மூடலாம் mootalaam

17. To come – வர (vara)

Finite Verb forms:

	Past	Present	Future
1s	வந்தேன் vandhEn	வருகிறேன் varukiREn	வருவேன் varuvEn
1p	வந்தோம் vandhOm	வருகிறோம் varukiROm	வருவோம் varuvOm
2s	வந்தாய் vandhaai	வருகிறாய் varukiRaai	வருவாய் varuvaai
2p	வந்தீர்கள் vandheerkaL	வருகிறீர்கள் varukiReerkaL	வருவீர்கள் varuveerkaL
3s.m.	வந்தான் vandhaan	வருகிறான் varukiRaan	வருவான் varuvaan
3s.f.	வந்தாள் vandhaaL	வருகிறாள் varukiRaaL	வருவாள் varuvaaL
3s.n.	வந்தது vandhadhu	வருகிறது varukiRadhu	வரும் varum
3s.h.	வந்தார் vandhaar	வருகிறார் varukiRaar	வருவார் varuvaar
3p. (m/f & h)	வந்தார்கள் vandhaarkaL	வருகிறார்கள் varukiRaarkaL	வருவார்கள் varuvaarkaL
3p.n.	வந்தன vandhana	வருகின்றன varukindrana	வரும் varum

Non-Finite Verb forms:

Adjectival Participle - Affirmative	வந்த vandha
Adjectival Participle - Negative	வராத varaadha
Verbal Participle - Affirmative	வந்து vandhu
Verbal Participle - Negative	வராமல் varaamal
Conditional – Affirmative	வந்தால் vandhaal
Conditional – Negative	வராவிட்டால் varaavittaal
Infinitive	வர vara

Immediate	வந்ததும் vandhadhum
Concessive of fact	வந்தும் vandhum
Concessive of supposition	வந்தாலும் vandhaalum

Participial forms:

	Past	Present	Future
3s.m.	வந்தவன் vandhavan	வருகிறவன் varukiRavan	வருபவன் varupavan
3s.f.	வந்தவள் vandhavaL	வருகிறவள் varukiRavaL	வருபவள் varupavaL
3s.n.	வந்தது vandhadhu	வருகிறது varukiRadhu	வருவது varuvadhu
3s.h.	வந்தவர் vandhavar	வருகிறவர் varukiRavar	வருபவர் varupavar
3p. (m/f. & h)	வந்தவர்கள் vandhavarkaL	வருகிறவர்கள் varukiRavarkaL	வருபவர்கள் varupavarkaL
3p.n.	வந்தவை vandhavai	வருகிறவை varukiRavai	வருபவை varupavai

Mood forms:

Imperative (s)	வா vaa
Imperative (p/h)	வாருங்கள் vaarungaL
Imperative Negative (s)	வராதே varaadhE
Imperative Negative (p/h)	வராதீர்கள் varaadheerkaL
Optative	வருவீர் varuveer
Permissive	வரட்டும் varattum
Potential	வரலாம் varalaam

18. To cook – சமைக்க (samaikka)

Finite Verb forms:

	Past	Present	Future
1s	சமைத்தேன் samaiththEn	சமைக்கிறேன் samaikkiREn	சமைப்பேன் samaippEn
1p	சமைத்தோம் samaiththOm	சமைக்கிறோம் samaikkiROm	சமைப்போம் samaippOm
2s	சமைத்தாய் samaiththaai	சமைக்கிறாய் samaikkiRaai	சமைப்பாய் samaippaai
2p	சமைத்தீர்கள் samaiththeerkaL	சமைக்கிறீர்கள் samaikkiReerkaL	சமைப்பீர்கள் samaippeerkaL
3s.m.	சமைத்தான் samaiththaan	சமைக்கிறான் samaikkiRaan	சமைப்பான் samaippaan
3s.f.	சமைத்தாள் samaiththaaL	சமைக்கிறாள் samaikkiRaaL	சமைப்பாள் samaippaaL
3s.n.	சமைத்தது samaiththadhu	சமைக்கிறது samaikkiRadhu	சமைக்கும் samaikkum
3s.h.	சமைத்தார் samaiththaar	சமைக்கிறார் samaikkiRaar	சமைப்பார் samaippaar
3p. (m/f & h)	சமைத்தார்கள் samaiththaarkaL	சமைக்கிறார்கள் samaikkiRaarkaL	சமைப்பார்கள் samaippaarkaL
3p.n.	சமைத்தன samaiththana	சமைக்கின்றன samaikkindrana	சமைக்கும் samaikkum

Non-Finite Verb forms:

Adjectival Participle - Affirmative	சமைத்த samaiththa
Adjectival Participle - Negative	சமைக்காத samaikkaadha
Verbal Participle - Affirmative	சமைத்து samaiththu
Verbal Participle - Negative	சமைக்காமல் samaikkaamal
Conditional – Affirmative	சமைத்தால் samaiththaal
Conditional – Negative	சமைக்காவிட்டால் samaikkaavittaal
Infinitive	சமைக்க samaikka

Immediate	சமைத்ததும் samaiththadhum
Concessive of fact	சமைத்தும் samaiththum
Concessive of supposition	சமைத்தாலும் samaiththaalum

Participial forms:

	Past	Present	Future
3s.m.	சமைத்தவன் samaiththavan	சமைக்கிறவன் samaikkiRavan	சமைப்பவன் samaippavan
3s.f.	சமைத்தவள் samaiththavaL	சமைக்கிறவள் samaikkiRavaL	சமைப்பவள் samaippavaL
3s.n.	சமைத்தது samaiththadhu	சமைக்கிறது samaikkiRadhu	சமைப்பது samaippadhu
3s.h.	சமைத்தவர் samaiththavar	சமைக்கிறவர் samaikkiRavar	சமைப்பவர் samaippavar
3p. (m/f. & h)	சமைத்தவர்கள் samaiththavarkaL	சமைக்கிறவர்கள் samaikkiRavarkaL	சமைப்பவர்கள் samaippavarkaL
3p.n.	சமைத்தவை samaiththavai	சமைக்கிறவை samaikkiRavai	சமைப்பவை samaippavai

Mood forms:

Imperative (s)	சமை samai
Imperative (p/h)	சமையுங்கள் samaiyungaL
Imperative Negative (s)	சமைக்காதே samaikkaadhE
Imperative Negative (p/h)	சமைக்காதீர்கள் samaikkaadheerkaL
Optative	சமைப்பீர் samaippeer
Permissive	சமைக்கட்டும் samaikkattum
Potential	சமைக்கலாம் samaikkalaam

19. To cry – அழ (azha)

Finite Verb forms:

	Past	Present	Future
1s	அழுதேன் azhudhEn	அழுகிறேன் azhukiREn	அழுவேன் azhuvEn
1p	அழுதோம் azhudhOm	அழுகிறோம் azhukiROm	அழுவோம் azhuvOm
2s	அழுதாய் azhudhaai	அழுகிறாய் azhukiRaai	அழுவாய் azhuvaai
2p	அழுதீர்கள் azhudheerkaL	அழுகிறீர்கள் azhukiReerkaL	அழுவீர்கள் azhuveerkaL
3s.m.	அழுதான் azhudhaan	அழுகிறான் azhukiRaan	அழுவான் azhuvaan
3s.f.	அழுதாள் azhudhaaL	அழுகிறாள் azhukiRaaL	அழுவாள் azhuvaaL
3s.n.	அழுதது azhudhadhu	அழுகிறது azhukiRadhu	அழும் azhum
3s.h.	அழுதார் azhudhaar	அழுகிறார் azhukiRaar	அழுவார் azhuvaar
3p. (m/f & h)	அழுதார்கள் azhudhaarkaL	அழுகிறார்கள் azhukiRaarkaL	அழுவார்கள் azhuvaarkaL
3p.n.	அழுதன azhudhana	அழுகின்றன azhukindrana	அழும் azhum

Non-Finite Verb forms:

Adjectival Participle - Affirmative	அழுத azhudha
Adjectival Participle - Negative	அழாத azhaadha
Verbal Participle - Affirmative	அழுது azhudhu
Verbal Participle - Negative	அழாமல் azhaamal
Conditional – Affirmative	அழுதால் azhudhaal
Conditional – Negative	அழாவிட்டால் azhaavittaal
Infinitive	அழ azha

Immediate	அழுததும் azhudhadhum
Concessive of fact	அழுதும் azhudhum
Concessive of supposition	அழுதாலும் azhudhaalum

Participial forms:

	Past	Present	Future
3s.m.	அழுதவன் azhudhavan	அழுகிறவன் azhukiRavan	அழுபவன் azhupavan
3s.f.	அழுதவள் azhudhavaL	அழுகிறவள் azhukiRavaL	அழுபவள் azhupavaL
3s.n.	அழுதது azhudhadhu	அழுகிறது azhukiRadhu	அழுவது azhuvadhu
3s.h.	அழுதவர் azhudhavar	அழுகிறவர் azhukiRavar	அழுபவர் azhupavar
3p. (m/f. & h)	அழுதவர்கள் azhudhavarkaL	அழுகிறவர்கள் azhukiRavarkaL	அழுபவர்கள் azhupavarkaL
3p.n.	அழுதவை azhudhavai	அழுகிறவை azhukiRavai	அழுபவை azhupavai

Mood forms:

Imperative (s)	அழு azhu
Imperative (p/h)	அழுங்கள் azhungaL
Imperative Negative (s)	அழாதே azhaadhE
Imperative Negative (p/h)	அழாதீர்கள் azhaadheerkaL
Optative	அழுவீர் azhuveer
Permissive	அழட்டும் azhattum
Potential	அழலாம் azhalaam

20. To dance – ஆட (aata)

Finite Verb forms:

	Past	Present	Future
1s	ஆடினேன் aatinEn	ஆடுகிறேன் aatukiREn	ஆடுவேன் aatuvEn
1p	ஆடினோம் aatinOm	ஆடுகிறோம் aatukiROm	ஆடுவோம் aatuvOm
2s	ஆடினாய் aatinaai	ஆடுகிறாய் aatukiRaai	ஆடுவாய் aatuvaai
2p	ஆடினீர்கள் aatineerkaL	ஆடுகிறீர்கள் aatukiReerkaL	ஆடுவீர்கள் aatuveerkaL
3s.m.	ஆடினான் aatinaan	ஆடுகிறான் aatukiRaan	ஆடுவான் aatuvaan
3s.f.	ஆடினாள் aatinaaL	ஆடுகிறாள் aatukiRaaL	ஆடுவாள் aatuvaaL
3s.n.	ஆடியது aatiyadhu	ஆடுகிறது aatukiRadhu	ஆடும் aatum
3s.h.	ஆடினார் aatinaar	ஆடுகிறார் aatukiRaar	ஆடுவார் aatuvaar
3p. (m/f & h)	ஆடினார்கள் aatinaarkaL	ஆடுகிறார்கள் aatukiRaarkaL	ஆடுவார்கள் aatuvaarkaL
3p.n.	ஆடின aatina	ஆடுகின்றன aatukindrana	ஆடும் aatum

Non-Finite Verb forms:

Adjectival Participle - Affirmative	ஆடிய aatiya
Adjectival Participle - Negative	ஆடாத aataadha
Verbal Participle - Affirmative	ஆடி aati
Verbal Participle - Negative	ஆடாமல் aataamal
Conditional – Affirmative	ஆடினால் aatinaal
Conditional – Negative	ஆடாவிட்டால் aataavittaal
Infinitive	ஆட aata

Immediate	ஆடியதும் aatiyadhum
Concessive of fact	ஆடியும் aatiyum
Concessive of supposition	ஆடினாலும் aatinaalum

Participial forms:

	Past	Present	Future
3s.m.	ஆடியவன் aatiyavan	ஆடுகிறவன் aatukiRavan	ஆடுபவன் aatupavan
3s.f.	ஆடியவள் aatiyavaL	ஆடுகிறவள் aatukiRavaL	ஆடுபவள் aatupavaL
3s.n.	ஆடியது aatiyadhu	ஆடுகிறது aatukiRadhu	ஆடுவது aatuvadhu
3s.h.	ஆடியவர் aatiyavar	ஆடுகிறவர் aatukiRavar	ஆடுபவர் aatupavar
3p. (m/f. & h)	ஆடியவர்கள் aatiyavarkaL	ஆடுகிறவர்கள் aatukiRavarkaL	ஆடுபவர்கள் aatupavarkaL
3p.n.	ஆடியவை aatiyavai	ஆடுகிறவை aatukiRavai	ஆடுபவை aatupavai

Mood forms:

Imperative (s)	ஆடு aatu
Imperative (p/h)	ஆடுங்கள் aatungaL
Imperative Negative (s)	ஆடாதே aataadhE
Imperative Negative (p/h)	ஆடாதீர்கள் aataadheerkaL
Optative	ஆடுவீர் aatuveer
Permissive	ஆடட்டும் aatattum
Potential	ஆடலாம் aatalaam

21. To decide – முடிவெடுக்க (mutivetukka)

Finite Verb forms:

	Past	Present	Future
1s	முடிவெடுத்தேன் mutivetuththEn	முடிவெடுக்கிறேன் mutivetukkiREn	முடிவெடுப்பேன் mutivetuppEn
1p	முடிவெடுத்தோம் mutivetuththOm	முடிவெடுக்கிறோம் mutivetukkiROm	முடிவெடுப்போம் mutivetuppOm
2s	முடிவெடுத்தாய் mutivetuththaai	முடிவெடுக்கிறாய் mutivetukkiRaai	முடிவெடுப்பாய் mutivetuppaai
2p	முடிவெடுத்தீர்கள் mutivetuththeerkaL	முடிவெடுக்கிறீர்கள் mutivetukkiReerkaL	முடிவெடுப்பீர்கள் mutivetuppeerkaL
3s.m.	முடிவெடுத்தான் mutivetuththaan	முடிவெடுக்கிறான் mutivetukkiRaan	முடிவெடுப்பான் mutivetuppaan
3s.f.	முடிவெடுத்தாள் mutivetuththaaL	முடிவெடுக்கிறாள் mutivetukkiRaaL	முடிவெடுப்பாள் mutivetuppaaL
3s.n.	முடிவெடுத்தது mutivetuththadhu	முடிவெடுக்கிறது mutivetukkiRadhu	முடிவெடுக்கும் mutivetukkum
3s.h.	முடிவெடுத்தார் mutivetuththaar	முடிவெடுக்கிறார் mutivetukkiRaar	முடிவெடுப்பார் mutivetuppaar
3p. (m/f & h)	முடிவெடுத்தார்கள் mutivetuththaarkaL	முடிவெடுக்கிறார்கள் mutivetukkiRaarkaL	முடிவெடுப்பார்கள் mutivetuppaarkaL
3p.n.	முடிவெடுத்தன mutivetuththana	முடிவெடுக்கின்றன mutivetukkindrana	முடிவெடுக்கும் mutivetukkum

Non-Finite Verb forms:

Adjectival Participle - Affirmative	முடிவெடுத்த mutivetuththa
Adjectival Participle - Negative	முடிவெடுக்காத mutivetukkaadha
Verbal Participle - Affirmative	முடிவெடுத்து mutivetuththu
Verbal Participle - Negative	முடிவெடுக்காமல் mutivetukkaamal
Conditional – Affirmative	முடிவெடுத்தால் mutivetuththaal
Conditional – Negative	முடிவெடுக்காவிட்டால் mutivetukkaavittaal
Infinitive	முடிவெடுக்க mutivetukka

Immediate	முடிவெடுத்ததும் mutivetuththadhum
Concessive of fact	முடிவெடுத்தும் mutivetuththum
Concessive of supposition	முடிவெடுத்தாலும் mutivetuththaalum

Participial forms:

	Past	Present	Future
3s.m.	முடிவெடுத்தவன் mutivetuththavan	முடிவெடுக்கிறவன் mutivetukkiRavan	முடிவெடுப்பவன் mutivetuppavan
3s.f.	முடிவெடுத்தவள் mutivetuththavaL	முடிவெடுக்கிறவள் mutivetukkiRavaL	முடிவெடுப்பவள் mutivetuppavaL
3s.n.	முடிவெடுத்தது mutivetuththadhu	முடிவெடுக்கிறது mutivetukkiRadhu	முடிவெடுப்பது mutivetuppadhu
3s.h.	முடிவெடுத்தவர் mutivetuththavar	முடிவேடுக்கிறவர் mutivEtukkiRavar	முடிவெடுப்பவர் mutivetuppavar
3p. (m/f. & h)	முடிவெடுத்தவர்கள் mutivetuththavarkaL	முடிவெடுக்கிறவர்கள் mutivetukkiRavarkaL	முடிவெடுப்பவர்கள் mutivetuppavarkaL
3p.n.	முடிவெடுத்தவை mutivetuththavai	முடிவெடுக்கிறவை mutivetukkiRavai	முடிவெடுப்பவை mutivetuppavai

Mood forms:

Imperative (s)	முடிவெடு mutivetu
Imperative (p/h)	முடிவெடுங்கள் mutivetungaL
Imperative Negative (s)	முடிவெடுக்காதே mutivetukkaadhE
Imperative Negative (p/h)	முடிவெடுக்காதீர்கள் mutivetukkaadheerkaL
Optative	முடிவெடுப்பீர் mutivetuppeer
Permissive	முடிவெடுக்கட்டும் mutivetukkattum
Potential	முடிவெடுக்கலாம் mutivetukkalaam

22. To decrease – குறைக்க (kuRaikka)

Finite Verb forms:

	Past	Present	Future
1s	குறைத்தேன் kuRaiththEn	குறைக்கிறேன் kuRaikkiREn	குறைப்பேன் kuRaippEn
1p	குறைத்தோம் kuRaiththOm	குறைக்கிறோம் kuRaikkiROm	குறைப்போம் kuRaippOm
2s	குறைத்தாய் kuRaiththaai	குறைக்கிறாய் kuRaikkiRaai	குறைப்பாய் kuRaippaai
2p	குறைத்தீர்கள் kuRaiththeerkaL	குறைக்கிறீர்கள் kuRaikkiReerkaL	குறைப்பீர்கள் kuRaippeerkaL
3s.m.	குறைத்தான் kuRaiththaan	குறைக்கிறான் kuRaikkiRaan	குறைப்பான் kuRaippaan
3s.f.	குறைத்தாள் kuRaiththaaL	குறைக்கிறாள் kuRaikkiRaaL	குறைப்பாள் kuRaippaaL
3s.n.	குறைத்தது kuRaiththadhu	குறைக்கிறது kuRaikkiRadhu	குறைக்கும் kuRaikkum
3s.h.	குறைத்தார் kuRaiththaar	குறைக்கிறார் kuRaikkiRaar	குறைப்பார் kuRaippaar
3p. (m/f & h)	குறைத்தார்கள் kuRaiththaarkaL	குறைக்கிறார்கள் kuRaikkiRaarkaL	குறைப்பார்கள் kuRaippaarkaL
3p.n.	குறைத்தன kuRaiththana	குறைக்கின்றன kuRaikkindrana	குறைக்கும் kuRaikkum

Non-Finite Verb forms:

Adjectival Participle - Affirmative	குறைத்த kuRaiththa
Adjectival Participle - Negative	குறைக்காத kuRaikkaadha
Verbal Participle - Affirmative	குறைத்து kuRaiththu
Verbal Participle - Negative	குறைக்காமல் kuRaikkaamal
Conditional – Affirmative	குறைத்தால் kuRaiththaal
Conditional – Negative	குறைக்காவிட்டால் kuRaikkaavittaal
Infinitive	குறைக்க kuRaikka

Immediate	குறைத்ததும் kuRaiththadhum
Concessive of fact	குறைத்தும் kuRaiththum
Concessive of supposition	குறைத்தாலும் kuRaiththaalum

Participial forms:

	Past	Present	Future
3s.m.	குறைத்தவன் kuRaiththavan	குறைக்கிறவன் kuRaikkiRavan	குறைப்பவன் kuRaippavan
3s.f.	குறைத்தவள் kuRaiththavaL	குறைக்கிறவள் kuRaikkiRavaL	குறைப்பவள் kuRaippavaL
3s.n.	குறைத்தது kuRaiththadhu	குறைக்கிறது kuRaikkiRadhu	குறைப்பது kuRaippadhu
3s.h.	குறைத்தவர் kuRaiththavar	குறைக்கிறவர் kuRaikkiRavar	குறைப்பவர் kuRaippavar
3p. (m/f. & h)	குறைத்தவர்கள் kuRaiththavarkaL	குறைக்கிறவர்கள் kuRaikkiRavarkaL	குறைப்பவர்கள் kuRaippavarkaL
3p.n.	குறைத்தவை kuRaiththavai	குறைக்கிறவை kuRaikkiRavai	குறைப்பவை kuRaippavai

Mood forms:

Imperative (s)	குறை kuRai
Imperative (p/h)	குறையுங்கள் kuRaiyungaL
Imperative Negative (s)	குறைக்காதே kuRaikkaadhE
Imperative Negative (p/h)	குறைக்காதீர்கள் kuRaikkaadheerkaL
Optative	குறைப்பீர் kuRaippeer
Permissive	குறைக்கட்டும் kuRaikkattum
Potential	குறைக்கலாம் kuRaikkalaam

23. To die – இறக்க (iRakka)

Finite Verb forms:

	Past	Present	Future
1s	இறந்தேன் iRandhEn	இறக்கிறேன் iRakkiREn	இறப்பேன் iRappEn
1p	இறந்தோம் iRandhOm	இறக்கிறோம் iRakkiROm	இறப்போம் iRappOm
2s	இறந்தாய் iRandhaai	இறக்கிறாய் iRakkiRaai	இறப்பாய் iRappaai
2p	இறந்தீர்கள் iRandheerkaL	இறக்கிறீர்கள் iRakkiReerkaL	இறப்பீர்கள் iRappeerkaL
3s.m.	இறந்தான் iRandhaan	இறக்கிறான் iRakkiRaan	இறப்பான் iRappaan
3s.f.	இறந்தாள் iRandhaaL	இறக்கிறாள் iRakkiRaaL	இறப்பாள் iRappaaL
3s.n.	இறந்தது iRandhadhu	இறக்கிறது iRakkiRadhu	இறக்கும் iRakkum
3s.h.	இறந்தார் iRandhaar	இறக்கிறார் iRakkiRaar	இறப்பார் iRappaar
3p. (m/f & h)	இறந்தார்கள் iRandhaarkaL	இறக்கிறார்கள் iRakkiRaarkaL	இறப்பார்கள் iRappaarkaL
3p.n.	இறந்தன iRandhana	இறக்கின்றன iRakkindrana	இறக்கும் iRakkum

Non-Finite Verb forms:

Adjectival Participle - Affirmative	இறந்த iRandha
Adjectival Participle - Negative	இறக்காத iRakkaadha
Verbal Participle - Affirmative	இறந்து iRandhu
Verbal Participle - Negative	இறக்காமல் iRakkaamal
Conditional – Affirmative	இறந்தால் iRandhaal
Conditional – Negative	இறக்காவிட்டால் iRakkaavittaal
Infinitive	இறக்க iRakka

Immediate	இறந்ததும் iRandhadhum
Concessive of fact	இறந்தும் iRandhum
Concessive of supposition	இறந்தாலும் iRandhaalum

Participial forms:

	Past	Present	Future
3s.m.	இறந்தவன் iRandhavan	இறக்கிறவன் iRakkiRavan	இறப்பவன் iRappavan
3s.f.	இறந்தவள் iRandhavaL	இறக்கிறவள் iRakkiRavaL	இறப்பவள் iRappavaL
3s.n.	இறந்தது iRandhadhu	இறக்கிறது iRakkiRadhu	இறப்பது iRappadhu
3s.h.	இறந்தவர் iRandhavar	இறக்கிறவர் iRakkiRavar	இறப்பவர் iRappavar
3p. (m/f. & h)	இறந்தவர்கள் iRandhavarkaL	இறக்கிறவர்கள் iRakkiRavarkaL	இறப்பவர்கள் iRappavarkaL
3p.n.	இறந்தவை iRandhavai	இறக்கின்றவை iRakkindravai	இறப்பவை iRappavai

Mood forms:

Imperative (s)	இற iRa
Imperative (p/h)	இறந்துவிடுங்கள் iRandhuvitungaL
Imperative Negative (s)	இறக்காதே iRakkaadhE
Imperative Negative (p/h)	இறக்காதீர்கள் iRakkaadheerkaL
Optative	இறப்பீர் iRappeer
Permissive	இறக்கட்டும் iRakkattum
Potential	இறக்கலாம் iRakkalaam

24. To do – செய்ய (seyya)

Finite Verb forms:

	Past	Present	Future
1s	செய்தேன் seydhEn	செய்கிறேன் seykiREn	செய்வேன் seyvEn
1p	செய்தோம் seydhOm	செய்கிறோம் seykiROm	செய்வோம் seyvOm
2s	செய்தாய் seydhaai	செய்கிறாய் seykiRaai	செய்வாய் seyvaai
2p	செய்தீர்கள் seydheerkaL	செய்கிறீர்கள் seykiReerkaL	செய்வீர்கள் seyveerkaL
3s.m.	செய்தான் seydhaan	செய்கிறான் seykiRaan	செய்வான் seyvaan
3s.f.	செய்தாள் seydhaaL	செய்கிறாள் seykiRaaL	செய்வாள் seyvaaL
3s.n.	செய்தது seydhadhu	செய்கிறது seykiRadhu	செய்யும் seyyum
3s.h.	செய்தார் seydhaar	செய்கிறார் seykiRaar	செய்வார் seyvaar
3p. (m/f & h)	செய்தார்கள் seydhaarkaL	செய்கிறார்கள் seykiRaarkaL	செய்வார்கள் seyvaarkaL
3p.n.	செய்தன seydhana	செய்கின்றன seykindrana	செய்யும் seyyum

Non-Finite Verb forms:

Adjectival Participle - Affirmative	செய்த seydha
Adjectival Participle - Negative	செய்யாத seyyaadha
Verbal Participle - Affirmative	செய்து seydhu
Verbal Participle - Negative	செய்யாமல் seyyaamal
Conditional – Affirmative	செய்தால் seydhaal
Conditional – Negative	செய்யாவிட்டால் seyyaavittaal
Infinitive	செய்ய seyya

Immediate	செய்ததும்
	seydhadhum
Concessive of fact	செய்தும்
	seydhum
Concessive of supposition	செய்தாலும்
	seydhaalum

Participial forms:

	Past	Present	Future
3s.m.	செய்தவன்	செய்கிறவன்	செய்பவன்
	seydhavan	seykiRavan	seypavan
3s.f.	செய்தவள்	செய்கிறவள்	செய்பவள்
	seydhavaL	seykiRavaL	seypavaL
3s.n.	செய்தது	செய்கிறது	செய்வது
	seydhadhu	seykiRadhu	seyvadhu
3s.h.	செய்தவர்	செய்கிறவர்	செய்பவர்
	seydhavar	seykiRavar	seypavar
3p. (m/f. & h)	செய்தவர்கள்	செய்கிறவர்கள்	செய்பவர்கள்
	seydhavarkaL	seykiRavarkaL	seypavarkaL
3p.n.	செய்தவை	செய்கிறவை	செய்பவை
	seydhavai	seykiRavai	seypavai

Mood forms:

Imperative (s)	செய்
	sey
Imperative (p/h)	செய்யுங்கள்
	seyyungaL
Imperative Negative (s)	செய்யாதே
	seyyaadhE
Imperative Negative (p/h)	செய்யாதீர்கள்
	seyyaadheerkaL
Optative	செய்வீர்
	seyveer
Permissive	செய்யட்டும்
	seyyattum
Potential	செய்யலாம்
	seyyalaam

25. To drink – குடிக்க (kutikka)

Finite Verb forms:

	Past	Present	Future
1s	குடித்தேன் kutiththEn	குடிக்கிறேன் kutikkiREn	குடிப்பேன் kutippEn
1p	குடித்தோம் kutiththOm	குடிக்கிறோம் kutikkiROm	குடிப்போம் kutippOm
2s	குடித்தாய் kutiththaai	குடிக்கிறாய் kutikkiRaai	குடிப்பாய் kutippaai
2p	குடித்தீர்கள் kutiththeerkaL	குடிக்கிறீர்கள் kutikkiReerkaL	குடிப்பீர்கள் kutippeerkaL
3s.m.	குடித்தான் kutiththaan	குடிக்கிறான் kutikkiRaan	குடிப்பான் kutippaan
3s.f.	குடித்தாள் kutiththaaL	குடிக்கிறாள் kutikkiRaaL	குடிப்பாள் kutippaaL
3s.n.	குடித்தது kutiththadhu	குடிக்கிறது kutikkiRadhu	குடிக்கும் kutikkum
3s.h.	குடித்தார் kutiththaar	குடிக்கிறார் kutikkiRaar	குடிப்பார் kutippaar
3p. (m/f & h)	குடித்தார்கள் kutiththaarkaL	குடிக்கிறார்கள் kutikkiRaarkaL	குடிப்பார்கள் kutippaarkaL
3p.n.	குடித்தன kutiththana	குடிக்கின்றன kutikkindrana	குடிக்கும் kutikkum

Non-Finite Verb forms:

Adjectival Participle - Affirmative	குடித்த kutiththa
Adjectival Participle - Negative	குடிக்காத kutikkaadha
Verbal Participle - Affirmative	குடித்து kutiththu
Verbal Participle - Negative	குடிக்காமல் kutikkaamal
Conditional – Affirmative	குடித்தால் kutiththaal
Conditional – Negative	குடிக்காவிட்டால் kutikkaavittaal
Infinitive	குடிக்க kutikka

Immediate	குடித்ததும் kutiththadhum
Concessive of fact	குடித்தும் kutiththum
Concessive of supposition	குடித்தாலும் kutiththaalum

Participial forms:

	Past	Present	Future
3s.m.	குடித்தவன் kutiththavan	குடிக்கிறவன் kutikkiRavan	குடிப்பவன் kutippavan
3s.f.	குடித்தவள் kutiththavaL	குடிக்கிறவள் kutikkiRavaL	குடிப்பவள் kutippavaL
3s.n.	குடித்தது kutiththadhu	குடிக்கிறது kutikkiRadhu	குடிப்பது kutippadhu
3s.h.	குடித்தவர் kutiththavar	குடிக்கிறவர் kutikkiRavar	குடிப்பவர் kutippavar
3p. (m/f. & h)	குடித்தவர்கள் kutiththavarkaL	குடிக்கிறவர்கள் kutikkiRavarkaL	குடிப்பவர்கள் kutippavarkaL
3p.n.	குடித்தவை kutiththavai	குடிக்கின்றவை kutikkindravai	குடிப்பவை kutippavai

Mood forms:

Imperative (s)	குடி kuti
Imperative (p/h)	குடியுங்கள் kutiyungaL
Imperative Negative (s)	குடிக்காதே kutikkaadhE
Imperative Negative (p/h)	குடிக்காதீர்கள் kutikkaadheerkaL
Optative	குடிப்பீர் kutippeer
Permissive	குடிக்கட்டும் kutikkattum
Potential	குடிக்கலாம் kutikkalaam

26. To drive – ஓட்ட (Otta)

Finite Verb forms:

	Past	Present	Future
1s	ஓட்டினேன் OttinEn	ஓட்டுகிறேன் OttukiREn	ஓட்டுவேன் OttuvEn
1p	ஓட்டினோம் OttinOm	ஓட்டுகிறோம் OttukiROm	ஓட்டுவோம் OttuvOm
2s	ஓட்டினாய் Ottinaai	ஓட்டுகிறாய் OttukiRaai	ஓட்டுவாய் Ottuvaai
2p	ஓட்டினீர்கள் OttineerkaL	ஓடுகிறீர்கள் OtukiReerkaL	ஓட்டுவீர்கள் OttuveerkaL
3s.m.	ஓட்டினான் Ottinaan	ஓட்டுகிறான் OttukiRaan	ஓட்டுவான் Ottuvaan
3s.f.	ஓட்டினாள் OttinaaL	ஓட்டுகிறாள் OttukiRaaL	ஓட்டுவாள் OttuvaaL
3s.n.	ஓட்டியது Ottiyadhu	ஓட்டுகிறது OttukiRadhu	ஓட்டும் Ottum
3s.h.	ஓட்டினார் Ottinaar	ஓட்டுகிறார் OttukiRaar	ஓட்டுவார் Ottuvaar
3p. (m/f & h)	ஓட்டினார்கள் OttinaarkaL	ஓட்டுகிறார்கள் OttukiRaarkaL	ஓட்டுவார்கள் OttuvaarkaL
3p.n.	ஓட்டின Ottina	ஓட்டுகின்றன Ottukindrana	ஓட்டும் Ottum

Non-Finite Verb forms:

Adjectival Participle - Affirmative	ஓட்டிய Ottiya
Adjectival Participle - Negative	ஓட்டாத Ottaadha
Verbal Participle - Affirmative	ஓட்டி Otti
Verbal Participle - Negative	ஓட்டாமல் Ottaamal
Conditional – Affirmative	ஓட்டினால் Ottinaal
Conditional – Negative	ஓட்டாவிட்டால் Ottaavittaal
Infinitive	ஓட்ட Otta

Immediate	ஓட்டியதும் Ottiyadhum
Concessive of fact	ஓட்டியும் Ottiyum
Concessive of supposition	ஓட்டினாலும் Ottinaalum

Participial forms:

	Past	Present	Future
3s.m.	ஓட்டியவன் Ottiyavan	ஓட்டுகிறவன் OttukiRavan	ஓட்டுபவன் Ottupavan
3s.f.	ஓட்டியவள் OttiyavaL	ஓட்டுகிறவள் OttukiRavaL	ஓட்டுபவள் OttupavaL
3s.n.	ஓட்டியது Ottiyadhu	ஓட்டுகிறது OttukiRadhu	ஓட்டுவது Ottuvadhu
3s.h.	ஓட்டியவர் Ottiyavar	ஓட்டுகிறவர் OttukiRavar	ஓட்டுபவர் Ottupavar
3p. (m/f. & h)	ஓட்டியவர்கள் OttiyavarkaL	ஓட்டுகிறவர்கள் OttukiRavarkaL	ஓட்டுபவர்கள் OttupavarkaL
3p.n.	ஓட்டியவை Ottiyavai	ஓட்டுகிறவை OttukiRavai	ஓட்டுபவை Ottupavai

Mood forms:

Imperative (s)	ஓட்டு Ottu
Imperative (p/h)	ஓட்டுங்கள் OttungaL
Imperative Negative (s)	ஓட்டாதே OttaadhE
Imperative Negative (p/h)	ஓட்டாதீர்கள் OttaadheerkaL
Optative	ஓட்டுவீர் Ottuveer
Permissive	ஓட்டட்டும் Ottattum
Potential	ஓட்டலாம் Ottalaam

27. To eat – சாப்பிட (saappita)

Finite Verb forms:

	Past	Present	Future
1s	சாப்பிட்டேன் saappittEn	சாப்பிடுகிறேன் saappitukiREn	சாப்பிடுவேன் saappituvEn
1p	சாப்பிட்டோம் saappittOm	சாப்பிடுகிறோம் saappitukiROm	சாப்பிடுவோம் saappituvOm
2s	சாப்பிட்டாய் saappittaai	சாப்பிடுகிறாய் saappitukiRaai	சாப்பிடுவாய் saappituvaai
2p	சாப்பிட்டீர்கள் saappitteerkaL	சாப்பிடுகிறீர்கள் saappitukiReerkaL	சாப்பிடுவீர்கள் saappituveerkaL
3s.m.	சாப்பிட்டான் saappittaan	சாப்பிடுகிறான் saappitukiRaan	சாப்பிடுவான் saappituvaan
3s.f.	சாப்பிட்டாள் saappittaaL	சாப்பிடுகிறாள் saappitukiRaaL	சாப்பிடுவாள் saappituvaaL
3s.n.	சாப்பிட்டது saappittadhu	சாப்பிடுகிறது saappitukiRadhu	சாப்பிடும் saappitum
3s.h.	சாப்பிட்டார் saappittaar	சாப்பிடுகிறார் saappitukiRaar	சாப்பிடுவார் saappituvaar
3p. (m/f & h)	சாப்பிட்டார்கள் saappittaarkaL	சாப்பிடுகிறார்கள் saappitukiRaarkaL	சாப்பிடுவார்கள் saappituvaarkaL
3p.n.	சாப்பிட்டன saappittana	சாப்பிடுகின்றன saappitukindrana	சாப்பிடும் saappitum

Non-Finite Verb forms:

Adjectival Participle - Affirmative	சாப்பிட்ட saappitta
Adjectival Participle - Negative	சாப்பிடாத saappitaadha
Verbal Participle - Affirmative	சாப்பிட்டு saappittu
Verbal Participle - Negative	சாப்பிடாமல் saappitaamal
Conditional – Affirmative	சாப்பிட்டால் saappittaal
Conditional – Negative	சாப்பிடாவிட்டால் saappitaavittaal
Infinitive	சாப்பிட saappita

Immediate	சாப்பிட்டதும் saappittadhum
Concessive of fact	சாப்பிட்டும் saappittum
Concessive of supposition	சாப்பிட்டாலும் saappittaalum

Participial forms:

	Past	Present	Future
3s.m.	சாப்பிட்டவன் saappittavan	சாப்பிடுகிறவன் saappitukiRavan	சாப்பிடுபவன் saappitupavan
3s.f.	சாப்பிட்டவள் saappittavaL	சாப்பிடுகிறவள் saappitukiRavaL	சாப்பிடுபவள் saappitupavaL
3s.n.	சாப்பிட்டது saappittadhu	சாப்பிடுகிறது saappitukiRadhu	சாப்பிடுவது saappituvadhu
3s.h.	சாப்பிட்டவர் saappittavar	சாப்பிடுகிறவர் saappitukiRavar	சாப்பிடுபவர் saappitupavar
3p. (m/f. & h)	சாப்பிட்டவர்கள் saappittavarkaL	சாப்பிடுகிறவர்கள் saappitukiRavarkaL	சாப்பிடுபவர்கள் saappitupavarkaL
3p.n.	சாப்பிட்டவை saappittavai	சாப்பிடுகிறவை saappitukiRavai	சாப்பிடுபவை saappitupavai

Mood forms:

Imperative (s)	சாப்பிடு saappitu
Imperative (p/h)	சாப்பிடுங்கள் saappitungaL
Imperative Negative (s)	சாப்பிடாதே saappitaadhE
Imperative Negative (p/h)	சாப்பிடாதீர்கள் saappitaadheerkaL
Optative	சாப்பிடுவீர் saappituveer
Permissive	சாப்பிடட்டும் saappitattum
Potential	சாப்பிடலாம் saappitalaam

28. To enter – நுழைய (nuzhaiya)

Finite Verb forms:

	Past	Present	Future
1s	நுழைந்தேன் nuzhaindhEn	நுழைகிறேன் nuzhaikiREn	நுழைவேன் nuzhaivEn
1p	நுழைந்தோம் nuzhaindhOm	நுழைகிறோம் nuzhaikiROm	நுழைவோம் nuzhaivOm
2s	நுழைந்தாய் nuzhaindhaai	நுழைகிறாய் nuzhaikiRaai	நுழைவாய் nuzhaivaai
2p	நுழைந்தீர்கள் nuzhaindheerkaL	நுழைகிறீர்கள் nuzhaikiReerkaL	நுழைவீர்கள் nuzhaiveerkaL
3s.m.	நுழைந்தான் nuzhaindhaan	நுழைகிறான் nuzhaikiRaan	நுழைவான் nuzhaivaan
3s.f.	நுழைந்தாள் nuzhaindhaaL	நுழைகிறாள் nuzhaikiRaaL	நுழைவாள் nuzhaivaaL
3s.n.	நுழைந்தது nuzhaindhadhu	நுழைகிறது nuzhaikiRadhu	நுழையும் nuzhaiyum
3s.h.	நுழைந்தார் nuzhaindhaar	நுழைகிறார் nuzhaikiRaar	நுழைவார் nuzhaivaar
3p. (m/f & h)	நுழைந்தார்கள் nuzhaindhaarkaL	நுழைகிறார்கள் nuzhaikiRaarkaL	நுழைவார்கள் nuzhaivaarkaL
3p.n.	நுழைந்தன nuzhaindhana	நுழைகின்றன nuzhaikindrana	நுழையும் nuzhaiyum

Non-Finite Verb forms:

Adjectival Participle - Affirmative	நுழைந்த nuzhaindha
Adjectival Participle - Negative	நுழையாத nuzhaiyaadha
Verbal Participle - Affirmative	நுழைந்து nuzhaindhu
Verbal Participle - Negative	நுழையாமல் nuzhaiyaamal
Conditional – Affirmative	நுழைந்தால் nuzhaindhaal
Conditional – Negative	நுழையாவிட்டால் nuzhaiyaavittaal
Infinitive	நுழைய nuzhaiya

Immediate	நுழைந்ததும் nuzhaindhadhum
Concessive of fact	நுழைந்தும் nuzhaindhum
Concessive of supposition	நுழைந்தாலும் nuzhaindhaalum

Participial forms:

	Past	Present	Future
3s.m.	நுழைந்தவன் nuzhaindhavan	நுழைகிறவன் nuzhaikiRavan	நுழைபவன் nuzhaipavan
3s.f.	நுழைந்தவள் nuzhaindhavaL	நுழைகிறவள் nuzhaikiRavaL	நுழைபவள் nuzhaipavaL
3s.n.	நுழைந்தது nuzhaindhadhu	நுழைகிறது nuzhaikiRadhu	நுழைவது nuzhaivadhu
3s.h.	நுழைந்தவர் nuzhaindhavar	நுழைகிறவர் nuzhaikiRavar	நுழைபவர் nuzhaipavar
3p. (m/f. & h)	நுழைந்தவர்கள் nuzhaindhavarkaL	நுழைகிறவர்கள் nuzhaikiRavarkaL	நுழைபவர்கள் nuzhaipavarkaL
3p.n.	நுழைந்தவை nuzhaindhavai	நுழைகிறவை nuzhaikiRavai	நுழைபவை nuzhaipavai

Mood forms:

Imperative (s)	நுழை nuzhai
Imperative (p/h)	நுழையுங்கள் nuzhaiyungaL
Imperative Negative (s)	நுழையாதே nuzhaiyaadhE
Imperative Negative (p/h)	நுழையாதீர்கள் nuzhaiyaadheerkaL
Optative	நுழைவீர் nuzhaiveer
Permissive	நுழையட்டும் nuzhaiyattum
Potential	நுழையலாம் nuzhaiyalaam

29. To exit – வெளியேற (veLiyERa)

Finite Verb forms:

	Past	Present	Future
1s	வெளியேறினேன் veLiyERinEn	வெளியேறுகிறேன் veLiyERukiREn	வெளியேறுவேன் veLiyERuvEn
1p	வெளியேறினோம் veLiyERinOm	வெளியேறுகிறோம் veLiyERukiROm	வெளியேறுவோம் veLiyERuvOm
2s	வெளியேறினாய் veLiyERinaai	வெளியேறுகிறாய் veLiyERukiRaai	வெளியேறுவாய் veLiyERuvaai
2p	வெளியேறினீர்கள் veLiyERineerkaL	வெளியேறுகிறீர்கள் veLiyERukiReerkaL	வெளியேருவீர்கள் veLiyEruveerkaL
3s.m.	வெளியேறினான் veLiyERinaan	வெளியேறுகிறான் veLiyERukiRaan	வெளியேறுவான் veLiyERuvaan
3s.f.	வெளியேறினாள் veLiyERinaaL	வெளியேறுகிறாள் veLiyERukiRaaL	வெளியேறுவாள் veLiyERuvaaL
3s.n.	வெளியேறியது veLiyERiyadhu	வெளியேறுகிறது veLiyERukiRadhu	வெளியேறும் veLiyERum
3s.h.	வெளியேறினார் veLiyERinaar	வெளியேறுகிறார் veLiyERukiRaar	வெளியேறுவார் veLiyERuvaar
3p. (m/f & h)	வெளியேறினார்கள் veLiyERinaarkaL	வெளியேறுகிறார்கள் veLiyERukiRaarkaL	வெளியேறுவார்கள் veLiyERuvaarkaL
3p.n.	வெளியேறின veLiyERina	வெளியேறுகின்றன veLiyERukindrana	வெளியேறும் veLiyERum

Non-Finite Verb forms:

Adjectival Participle - Affirmative	வெளியேறிய veLiyERiya
Adjectival Participle - Negative	வெளியேறாத veLiyERaadha
Verbal Participle - Affirmative	வெளியேறி veLiyERi
Verbal Participle - Negative	வெளியேறாமல் veLiyERaamal
Conditional – Affirmative	வெளியேறினால் veLiyERinaal
Conditional – Negative	வெளியேறாவிட்டால் veLiyERaavittaal
Infinitive	வெளியேற veLiyERa

Immediate	வெளியேறியதும் veLiyERiyadhum
Concessive of fact	வெளியேறியும் veLiyERiyum
Concessive of supposition	வெளியேறினாலும் veLiyERinaalum

Participial forms:

	Past	Present	Future
3s.m.	வெளியேறியவன் veLiyERiyavan	வெளியேருகிறவன் veLiyErukiRavan	வெளியேறுபவன் veLiyERupavan
3s.f.	வெளியேறியவள் veLiyERiyavaL	வெளியேருகிறவள் veLiyErukiRavaL	வெளியேறுபவள் veLiyERupavaL
3s.n.	வெளியேறியது veLiyERiyadhu	வெளியேறுகிறது veLiyERukiRadhu	வெளியேறுவது veLiyERuvadhu
3s.h.	வெளியேறியவர் veLiyERiyavar	வெளியேறுகிறவர் veLiyERukiRavar	வெளியேறுபவர் veLiyERupavar
3p. (m/f. & h)	வெளியேறியவர்கள் veLiyERiyavarkaL	வெளியேறுகிறவர்கள் veLiyERukiRavarkaL	வெளியேறுபவர்கள் veLiyERupavarkaL
3p.n.	வெளியேறியவை veLiyERiyavai	வெளியேறுகிறவை veLiyERukiRavai	வெளியேறுபவை veLiyERupavai

Mood forms:

Imperative (s)	வெளியேறு veLiyERu
Imperative (p/h)	வெளியேறுங்கள் veLiyERungaL
Imperative Negative (s)	வெளியேறாதே veLiyERaadhE
Imperative Negative (p/h)	வெளியேறாதீர்கள் veLiyERaadheerkaL
Optative	வெளியேறுவீர் veLiyERuveer
Permissive	வெளியேறட்டும் veLiyERattum
Potential	வெளியேறலாம் veLiyERalaam

30. To explain – விளக்க (viLakka)

Finite Verb forms:

	Past	Present	Future
1s	விளக்கினேன் viLakkinEn	விளக்குகிறேன் viLakkukiREn	விளக்குவேன் viLakkuvEn
1p	விளக்கினோம் viLakkinOm	விளக்குகிறோம் viLakkukiROm	விளக்குவோம் viLakkuvOm
2s	விளக்கினாய் viLakkinaai	விளக்குகிறாய் viLakkukiRaai	விளக்குவாய் viLakkuvaai
2p	விளக்கினீர்கள் viLakkineerkaL	விளக்குகிறீர்கள் viLakkukiReerkaL	விளக்குவீர்கள் viLakkuveerkaL
3s.m.	விளக்கினான் viLakkinaan	விளக்குகிறான் viLakkukiRaan	விளக்குவான் viLakkuvaan
3s.f.	விளக்கினாள் viLakkinaaL	விளக்குகிறாள் viLakkukiRaaL	விளக்குவாள் viLakkuvaaL
3s.n.	விளக்கியது viLakkiyadhu	விளக்குகிறது viLakkukiRadhu	விளக்கும் viLakkum
3s.h.	விளக்கினார் viLakkinaar	விளக்குகிறார் viLakkukiRaar	விளக்குவார் viLakkuvaar
3p. (m/f & h)	விளக்கினார்கள் viLakkinaarkaL	விளக்குகிறார்கள் viLakkukiRaarkaL	விளக்குவார்கள் viLakkuvaarkaL
3p.n	விளக்கின viLakkina	விளக்குகின்றன viLakkukindrana	விளக்கும் viLakkum

Non-Finite Verb forms:

Adjectival Participle - Affirmative	விளக்கிய viLakkiya
Adjectival Participle - Negative	விளக்காத viLakkaadha
Verbal Participle - Affirmative	விளக்கி viLakki
Verbal Participle - Negative	விளக்காமல் viLakkaamal
Conditional – Affirmative	விளக்கினால் viLakkinaal
Conditional – Negative	விளக்காவிட்டால் viLakkaavittaal
Infinitive	விளக்க viLakka

Immediate	விளக்கியதும் viLakkiyadhum
Concessive of fact	விளக்கியும் viLakkiyum
Concessive of supposition	விளக்கினாலும் viLakkinaalum

Participial forms:

	Past	Present	Future
3s.m.	விளக்கியவன் viLakkiyavan	விளக்குகிறவன் viLakkukiRavan	விளக்குபவன் viLakkupavan
3s.f.	விளக்கியவள் viLakkiyavaL	விளக்குகிறவள் viLakkukiRavaL	விளக்குபவள் viLakkupavaL
3s.n.	விளக்கியது viLakkiyadhu	விளக்குகிறது viLakkukiRadhu	விளக்குவது viLakkuvadhu
3s.h.	விளக்கியவர் viLakkiyavar	விளக்குகிறவர் viLakkukiRavar	விளக்குபவர் viLakkupavar
3p. (m/f. & h)	விளக்கியவர்கள் viLakkiyavarkaL	விளக்குகிறவர்கள் viLakkukiRavarkaL	விளக்குபவர்கள் viLakkupavarkaL
3p.n.	விளக்கியவை viLakkiyavai	விளக்குகிறவை viLakkukiRavai	விளக்குபவை viLakkupavai

Mood forms:

Imperative (s)	விளக்கு viLakku
Imperative (p/h)	விளக்குங்கள் viLakkungaL
Imperative Negative (s)	விளக்காதே viLakkaadhE
Imperative Negative (p/h)	விளக்காதீர்கள் viLakkaadheerkaL
Optative	விளக்குவீர் viLakkuveer
Permissive	விளக்கட்டும் viLakkattum
Potential	விளக்கலாம் viLakkalaam

31. To fall – விழ (vizha)

Finite Verb forms:

	Past	Present	Future
1s	விழுந்தேன் vizhundhEn	விழுகிறேன் vizhukiREn	விழுவேன் vizhuvEn
1p	விழுந்தோம் vizhundhOm	விழுகிறோம் vizhukiROm	விழுவோம் vizhuvOm
2s	விழுந்தாய் vizhundhaai	விழுகிறாய் vizhukiRaai	விழுவாய் vizhuvaai
2p	விழுந்தீர்கள் vizhundheerkaL	விழுகிறீர்கள் vizhukiReerkaL	விழுவீர்கள் vizhuveerkaL
3s.m.	விழுந்தான் vizhundhaan	விழுகிறான் vizhukiRaan	விழுவான் vizhuvaan
3s.f.	விழுந்தாள் vizhundhaaL	விழுகிறாள் vizhukiRaaL	விழுவாள் vizhuvaaL
3s.n.	விழுந்தது vizhundhadhu	விழுகிறது vizhukiRadhu	விழும் vizhum
3s.h.	விழுந்தார் vizhundhaar	விழுகிறார் vizhukiRaar	விழுவார் vizhuvaar
3p. (m/f & h)	விழுந்தார்கள் vizhundhaarkaL	விழுகிறார்கள் vizhukiRaarkaL	விழுவார்கள் vizhuvaarkaL
3p.n.	விழுந்தன vizhundhana	விழுகின்றன vizhukindrana	விழும் vizhum

Non-Finite Verb forms:

Adjectival Participle - Affirmative	விழுந்த vizhundha
Adjectival Participle - Negative	விழாத vizhaadha
Verbal Participle - Affirmative	விழுந்து vizhundhu
Verbal Participle - Negative	விழாமல் vizhaamal
Conditional – Affirmative	விழுந்தால் vizhundhaal
Conditional – Negative	விழாவிட்டால் vizhaavittaal
Infinitive	விழ vizha

Immediate	விழுந்ததும் vizhundhadhum
Concessive of fact	விழுந்தும் vizhundhum
Concessive of supposition	விழுந்தாலும் vizhundhaalum

Participial forms:

	Past	Present	Future
3s.m.	விழுந்தவன் vizhundhavan	விழுகிறவன் vizhukiRavan	விழுபவன் vizhupavan
3s.f.	விழுந்தவள் vizhundhavaL	விழுகிறவள் vizhukiRavaL	விழுபவள் vizhupavaL
3s.n.	விழுந்தது vizhundhadhu	விழுகிறது vizhukiRadhu	விழுவது vizhuvadhu
3s.h.	விழுந்தவர் vizhundhavar	விழுகிறவர் vizhukiRavar	விழுபவர் vizhupavar
3p. (m/f. & h)	விழுந்தவர்கள் vizhundhavarkaL	விழுகிறவர்கள் vizhukiRavarkaL	விழுபவர்கள் vizhupavarkaL
3p.n.	விழுந்தவை vizhundhavai	விழுகிறவை vizhukiRavai	விழுபவை vizhupavai

Mood forms:

Imperative (s)	விழு vizhu
Imperative (p/h)	விழுங்கள் vizhungaL
Imperative Negative (s)	விழாதே vizhaadhE
Imperative Negative (p/h)	விழாதீர்கள் vizhaadheerkaL
Optative	விழுவீர் vizhuveer
Permissive	விழட்டும் vizhattum
Potential	விழலாம் vizhalaam

32. To feel – உணர (uNara)

Finite Verb forms:

	Past	Present	Future
1s	உணர்ந்தேன் uNarndhEn	உணர்கிறேன் uNarkiREn	உணர்வேன் uNarvEn
1p	உணர்ந்தோம் uNarndhOm	உணர்கிறோம் uNarkiROm	உணர்வோம் uNarvOm
2s	உணர்ந்தாய் uNarndhaai	உணர்கிறாய் uNarkiRaai	உணர்வாய் uNarvaai
2p	உணர்ந்தீர்கள் uNarndheerkaL	உணர்கிறீர்கள் uNarkiReerkaL	உணர்வீர்கள் uNarveerkaL
3s.m.	உணர்ந்தான் uNarndhaan	உணர்கிறான் uNarkiRaan	உணர்வான் uNarvaan
3s.f.	உணர்ந்தாள் uNarndhaaL	உணர்கிறாள் uNarkiRaaL	உணர்வாள் uNarvaaL
3s.n.	உணர்ந்தது uNarndhadhu	உணர்கிறது uNarkiRadhu	உணரும் uNarum
3s.h.	உணர்ந்தார் uNarndhaar	உணர்கிறார் uNarkiRaar	உணர்வார் uNarvaar
3p. (m/f & h)	உணர்ந்தார்கள் uNarndhaarkaL	உணர்கிறார்கள் uNarkiRaarkaL	உணர்வார்கள் uNarvaarkaL
3p.n.	உணர்ந்தன uNarndhana	உணர்கின்றன uNarkindrana	உணரும் uNarum

Non-Finite Verb forms:

Adjectival Participle - Affirmative	உணர்ந்த uNarndha
Adjectival Participle - Negative	உணராத uNaraadha
Verbal Participle - Affirmative	உணர்ந்து uNarndhu
Verbal Participle - Negative	உணராமல் uNaraamal
Conditional – Affirmative	உணர்ந்தால் uNarndhaal
Conditional – Negative	உணராவிட்டால் uNaraavittaal
Infinitive	உணர uNara

Immediate	உணர்ந்ததும் uNarndhadhum
Concessive of fact	உணர்ந்தும் uNarndhum
Concessive of supposition	உணர்ந்தாலும் uNarndhaalum

Participial forms:

	Past	Present	Future
3s.m.	உணர்ந்தவன் uNarndhavan	உணர்கிறவன் uNarkiRavan	உணர்பவன் uNarpavan
3s.f.	உணர்ந்தவள் uNarndhavaL	உணர்கிறவள் uNarkiRavaL	உணர்பவள் uNarpavaL
3s.n.	உணர்ந்தது uNarndhadhu	உணர்கிறது uNarkiRadhu	உணர்வது uNarvadhu
3s.h.	உணர்ந்தவர் uNarndhavar	உணர்கிறவர் uNarkiRavar	உணர்பவர் uNarpavar
3p. (m/f. & h)	உணர்ந்தவர்கள் uNarndhavarkaL	உணர்கிறவர்கள் uNarkiRavarkaL	உணர்பவர்கள் uNarpavarkaL
3p.n.	உணர்ந்தவை uNarndhavai	உணர்கிறவை uNarkiRavai	உணர்பவை uNarpavai

Mood forms:

Imperative (s)	உணரு uNaru
Imperative (p/h)	உணருங்கள் uNarungaL
Imperative Negative (s)	உணராதே uNaraadhE
Imperative Negative (p/h)	உணராதீர்கள் uNaraadheerkaL
Optative	உணர்வீர் uNarveer
Permissive	உணரட்டும் uNarattum
Potential	உணரலாம் uNaralaam

33. To fight – சண்டையிட (saNtaiyita)

Finite Verb forms:

	Past	Present	Future
1s	சண்டையிட்டேன் saNtaiyittEn	சண்டையிடுகிறேன் saNtaiyitukiREn	சண்டையிடுவேன் saNtaiyituvEn
1p	சண்டையிட்டோம் saNtaiyittOm	சண்டையிடுகிறோம் saNtaiyitukiROm	சண்டையிடுவோம் saNtaiyituvOm
2s	சண்டையிட்டாய் saNtaiyittaai	சண்டையிடுகிறாய் saNtaiyitukiRaai	சண்டையிடுவாய் saNtaiyituvaai
2p	சண்டையிட்டீர்கள் saNtaiyitteerkaL	சண்டையிடுகிறீர்கள் saNtaiyitukiReerkaL	சண்டையிடுவீர்கள் saNtaiyituveerkaL
3s.m.	சண்டையிட்டான் saNtaiyittaan	சண்டையிடுகிறான் saNtaiyitukiRaan	சண்டையிடுவான் saNtaiyituvaan
3s.f.	சண்டையிட்டாள் saNtaiyittaaL	சண்டையிடுகிறாள் saNtaiyitukiRaaL	சண்டையிடுவாள் saNtaiyituvaaL
3s.n.	சண்டையிட்டது saNtaiyittadhu	சண்டையிடுகிறது saNtaiyitukiRadhu	சண்டையிடும் saNtaiyitum
3s.h.	சண்டையிட்டார் saNtaiyittaar	சண்டையிடுகிறார் saNtaiyitukiRaar	சண்டையிடுவார் saNtaiyituvaar
3p. (m/f & h)	சண்டையிட்டார்கள் saNtaiyittaarkaL	சண்டையிடுகிறார்கள் saNtaiyitukiRaarkaL	சண்டையிடுவார்கள் saNtaiyituvaarkaL
3p.n.	சண்டையிட்டன saNtaiyittana	சண்டையிடுகின்றன saNtaiyitukindrana	சண்டையிடும் saNtaiyitum

Non-Finite Verb forms:

Adjectival Participle - Affirmative	சண்டையிட்ட saNtaiyitta
Adjectival Participle - Negative	சண்டையிடாத saNtaiyitaadha
Verbal Participle - Affirmative	சண்டையிட்டு saNtaiyittu
Verbal Participle - Negative	சண்டையிடாமல் saNtaiyitaamal
Conditional – Affirmative	சண்டையிட்டால் saNtaiyittaal
Conditional – Negative	சண்டையிடாவிட்டால் saNtaiyitaavittaal
Infinitive	சண்டையிட saNtaiyita

Immediate	சண்டையிட்டதும் saNtaiyittadhum
Concessive of fact	சண்டையிட்டும் saNtaiyittum
Concessive of supposition	சண்டையிட்டாலும் saNtaiyittaalum

Participial forms:

	Past	**Present**	**Future**
3s.m.	சண்டையிட்டவன் saNtaiyittavan	சண்டையிடுகிறவன் saNtaiyitukiRavan	சண்டையிடுபவன் saNtaiyitupavan
3s.f.	சண்டையிட்டவள் saNtaiyittavaL	சண்டையிடுகிறவள் saNtaiyitukiRavaL	சண்டையிடுபவள் saNtaiyitupavaL
3s.n.	சண்டையிட்டது saNtaiyittadhu	சண்டையிடுகிறது saNtaiyitukiRadhu	சண்டையிடுவது saNtaiyituvadhu
3s.h.	சண்டையிட்டவர் saNtaiyittavar	சண்டையிடுகிறவர் saNtaiyitukiRavar	சண்டையிடுபவர் saNtaiyitupavar
3p. (m/f. & h)	சண்டையிட்டவர்கள் saNtaiyittavarkaL	சண்டையிடுகிறவர்கள் saNtaiyitukiRavarkaL	சண்டையிடுபவர்கள் saNtaiyitupavarkaL
3p.n.	சண்டையிட்டவை saNtaiyittavai	சண்டையிடுகிறவை saNtaiyitukiRavai	சண்டையிடுபவை saNtaiyitupavai

Mood forms:

Imperative (s)	சண்டையிடு saNtaiyitu
Imperative (p/h)	சண்டையிடுங்கள் saNtaiyitungaL
Imperative Negative (s)	சண்டையிடாதே saNtaiyitaadhE
Imperative Negative (p/h)	சண்டையிடாதீர்கள் saNtaiyitaadheerkaL
Optative	சண்டையிடுவீர் saNtaiyituveer
Permissive	சண்டையிடட்டும் saNtaiyitattum
Potential	சண்டையிடலாம் saNtaiyitalaam

34. To find – கண்டுபிடிக்க (kaNtupitikka)

Finite Verb forms:

	Past	Present	Future
1s	கண்டுபிடித்தேன் kaNtupitiththEn	கண்டுபிடிக்கிறேன் kaNtupitikkiREn	கண்டுபிடிப்பேன் kaNtupitippEn
1p	கண்டுபிடித்தோம் kaNtupitiththOm	கண்டுபிடிக்கிறோம் kaNtupitikkiROm	கண்டுபிடிப்போம் kaNtupitippOm
2s	கண்டுபிடித்தாய் kaNtupitiththaai	கண்டுபிடிக்கிறாய் kaNtupitikkiRaai	கண்டுபிடிப்பாய் kaNtupitippaai
2p	கண்டுபிடித்தீர்கள் kaNtupitiththeerkaL	கண்டுபிடிக்கிறீர்கள் kaNtupitikkiReerkaL	கண்டுபிடிப்பீர்கள் kaNtupitippeerkaL
3s.m.	கண்டுபிடித்தான் kaNtupitiththaan	கண்டுபிடிக்கிறான் kaNtupitikkiRaan	கண்டுபிடிப்பான் kaNtupitippaan
3s.f.	கண்டுபிடித்தாள் kaNtupitiththaaL	கண்டுபிடிக்கிறாள் kaNtupitikkiRaaL	கண்டுபிடிப்பாள் kaNtupitippaaL
3s.n.	கண்டுபிடித்தது kaNtupitiththadhu	கண்டுபிடிக்கிறது kaNtupitikkiRadhu	கண்டுபிடிக்கும் kaNtupitikkum
3s.h.	கண்டுபிடித்தார் kaNtupitiththaar	கண்டுபிடிக்கிறார் kaNtupitikkiRaar	கண்டுபிடிப்பார் kaNtupitippaar
3p. (m/f & h)	கண்டுபிடித்தார்கள் kaNtupitiththaarkaL	கண்டுபிடிக்கிறார்கள் kaNtupitikkiRaarkaL	கண்டுபிடிப்பார்கள் kaNtupitippaarkaL
3p.n.	கண்டுபிடித்தன kaNtupitiththana	கண்டுபிடிக்கின்றன kaNtupitikkindrana	கண்டுபிடிக்கும் kaNtupitikkum

Non-Finite Verb forms:

Adjectival Participle - Affirmative	கண்டுபிடித்த kaNtupitiththa
Adjectival Participle - Negative	கண்டுபிடிக்காத kaNtupitikkaadha
Verbal Participle - Affirmative	கண்டுபிடித்து kaNtupitiththu
Verbal Participle - Negative	கண்டுபிடிக்காமல் kaNtupitikkaamal
Conditional – Affirmative	கண்டுபிடித்தால் kaNtupitiththaal
Conditional – Negative	கண்டுபிடிக்காவிட்டால் kaNtupitikkaavittaal
Infinitive	கண்டுபிடிக்க kaNtupitikka

Immediate	கண்டுபிடித்ததும் kaNtupitiththadhum
Concessive of fact	கண்டுபிடித்தும் kaNtupitiththum
Concessive of supposition	கண்டுபிடித்தாலும் kaNtupitiththaalum

Participial forms:

	Past	Present	Future
3s.m.	கண்டுபிடித்தவன் kaNtupitiththavan	கண்டுபிடிக்கிறவன் kaNtupitikkiRavan	கண்டுபிடிப்பவன் kaNtupitippavan
3s.f.	கண்டுபிடித்தவள் kaNtupitiththavaL	கண்டுபிடிக்கிறவள் kaNtupitikkiRavaL	கண்டுபிடிப்பவள் kaNtupitippavaL
3s.n.	கண்டுபிடித்தது kaNtupitiththadhu	கண்டுபிடிக்கிறது kaNtupitikkiRadhu	கண்டுபிடிப்பது kaNtupitippadhu
3s.h.	கண்டுபிடித்தவர் kaNtupitiththavar	கண்டுபிடிக்கிறவர் kaNtupitikkiRavar	கண்டுபிடிப்பவர் kaNtupitippavar
3p. (m/f. & h)	கண்டுபிடித்தவர்கள் kaNtupitiththavarkaL	கண்டுபிடிக்கிறவர்கள் kaNtupitikkiRavarkaL	கண்டுபிடிப்பவர்கள் kaNtupitippavarkaL
3p.n.	கண்டுபிடித்தவை kaNtupitiththavai	கண்டுபிடிக்கிறவை kaNtupitikkiRavai	கண்டுபிடிப்பவை kaNtupitippavai

Mood forms:

Imperative (s)	கண்டுபிடி kaNtupiti
Imperative (p/h)	கண்டுபிடியுங்கள் kaNtupitiyungaL
Imperative Negative (s)	கண்டுபிடிக்காதே kaNtupitikkaadhE
Imperative Negative (p/h)	கண்டுபிடிக்காதீர்கள் kaNtupitikkaadheerkaL
Optative	கண்டுபிடிப்பீர் kaNtupitippeer
Permissive	கண்டுபிடிக்கட்டும் kaNtupitikkattum
Potential	கண்டுபிடிக்கலாம் kaNtupitikkalaam

35. To finish – முடிக்க (mutikka)

Finite Verb forms:

	Past	Present	Future
1s	முடித்தேன் mutiththEn	முடிக்கிறேன் mutikkiREn	முடிப்பேன் mutippEn
1p	முடித்தோம் mutiththOm	முடிக்கிறோம் mutikkiROm	முடிப்போம் mutippOm
2s	முடித்தாய் mutiththaai	முடிக்கிறாய் mutikkiRaai	முடிப்பாய் mutippaai
2p	முடித்தீர்கள் mutiththeerkaL	முடிக்கிறீர்கள் mutikkiReerkaL	முடிப்பீர்கள் mutippeerkaL
3s.m.	முடித்தான் mutiththaan	முடிக்கிறான் mutikkiRaan	முடிப்பான் mutippaan
3s.f.	முடித்தாள் mutiththaaL	முடிக்கிறாள் mutikkiRaaL	முடிப்பாள் mutippaaL
3s.n.	முடித்தது mutiththadhu	முடிக்கிறது mutikkiRadhu	முடிக்கும் mutikkum
3s.h.	முடித்தார் mutiththaar	முடிக்கிறார் mutikkiRaar	முடிப்பார் mutippaar
3p. (m/f & h)	முடித்தார்கள் mutiththaarkaL	முடிக்கிறார்கள் mutikkiRaarkaL	முடிப்பார்கள் mutippaarkaL
3p.n.	முடித்தன mutiththana	முடிக்கின்றன mutikkindrana	முடிக்கும் mutikkum

Non-Finite Verb forms:

Adjectival Participle - Affirmative	முடித்த mutiththa
Adjectival Participle - Negative	முடிக்காத mutikkaadha
Verbal Participle - Affirmative	முடித்து mutiththu
Verbal Participle - Negative	முடிக்காமல் mutikkaamal
Conditional – Affirmative	முடித்தால் mutiththaal
Conditional – Negative	முடிக்காவிட்டால் mutikkaavittaal
Infinitive	முடிக்க mutikka

Immediate	முடித்ததும் mutiththadhum
Concessive of fact	முடித்தும் mutiththum
Concessive of supposition	முடித்தாலும் mutiththaalum

Participial forms:

	Past	Present	Future
3s.m.	முடித்தவன் mutiththavan	முடிக்கிறவன் mutikkiRavan	முடிப்பவன் mutippavan
3s.f.	முடித்தவள் mutiththavaL	முடிக்கிறவள் mutikkiRavaL	முடிப்பவள் mutippavaL
3s.n.	முடித்தது mutiththadhu	முடிக்கிறது mutikkiRadhu	முடிப்பது mutippadhu
3s.h.	முடித்தவர் mutiththavar	முடிக்கிறவர் mutikkiRavar	முடிப்பவர் mutippavar
3p. (m/f. & h)	முடித்தவர்கள் mutiththavarkaL	முடிக்கிறவர்கள் mutikkiRavarkaL	முடிப்பவர்கள் mutippavarkaL
3p.n.	முடித்தவை mutiththavai	முடிக்கிறவை mutikkiRavai	முடிப்பவை mutippavai

Mood forms:

Imperative (s)	முடி muti
Imperative (p/h)	முடியுங்கள் mutiyungaL
Imperative Negative (s)	முடிக்காதே mutikkaadhE
Imperative Negative (p/h)	முடிக்காதீர்கள் mutikkaadheerkaL
Optative	முடிப்பீர் mutippeer
Permissive	முடிக்கட்டும் mutikkattum
Potential	முடிக்கலாம் mutikkalaam

36. To fly – பறக்க (paRakka)

Finite Verb forms:

	Past	Present	Future
1s	பறந்தேன் paRandhEn	பறக்கிறேன் paRakkiREn	பறப்பேன் paRappEn
1p	பறந்தோம் paRandhOm	பறக்கிறோம் paRakkiROm	பறப்போம் paRappOm
2s	பறந்தாய் paRandhaai	பறக்கிறாய் paRakkiRaai	பறப்பாய் paRappaai
2p	பறந்தீர்கள் paRandheerkaL	பறக்கிறீர்கள் paRakkiReerkaL	பறப்பீர்கள் paRappeerkaL
3s.m.	பறந்தான் paRandhaan	பறக்கிறான் paRakkiRaan	பறப்பான் paRappaan
3s.f.	பறந்தாள் paRandhaaL	பறக்கிறாள் paRakkiRaaL	பறப்பாள் paRappaaL
3s.n.	பறந்தது paRandhadhu	பறக்கிறது paRakkiRadhu	பறக்கும் paRakkum
3s.h.	பறந்தார் paRandhaar	பறக்கிறார் paRakkiRaar	பறப்பார் paRappaar
3p. (m/f & h)	பறந்தார்கள் paRandhaarkaL	பறக்கிறார்கள் paRakkiRaarkaL	பறப்பார்கள் paRappaarkaL
3p.n.	பறந்தன paRandhana	பறக்கின்றன paRakkindrana	பறக்கும் paRakkum

Non-Finite Verb forms:

Adjectival Participle - Affirmative	பறந்த paRandha
Adjectival Participle - Negative	பறக்காத paRakkaadha
Verbal Participle - Affirmative	பறந்து paRandhu
Verbal Participle - Negative	பறக்காமல் paRakkaamal
Conditional – Affirmative	பறந்தால் paRandhaal
Conditional – Negative	பறக்காவிட்டால் paRakkaavittaal
Infinitive	பறக்க paRakka

Immediate	பறந்ததும் paRandhadhum
Concessive of fact	பறந்தும் paRandhum
Concessive of supposition	பறந்தாலும் paRandhaalum

Participial forms:

	Past	Present	Future
3s.m.	பறந்தவன் paRandhavan	பறக்கிறவன் paRakkiRavan	பறப்பவன் paRappavan
3s.f.	பறந்தவள் paRandhavaL	பறக்கிறவள் paRakkiRavaL	பறப்பவள் paRappavaL
3s.n.	பறந்தது paRandhadhu	பறக்கிறது paRakkiRadhu	பறப்பது paRappadhu
3s.h.	பறந்தவர் paRandhavar	பறக்கிறவர் paRakkiRavar	பறப்பவர் paRappavar
3p. (m/f. & h)	பறந்தவர்கள் paRandhavarkaL	பறக்கிறவர்கள் paRakkiRavarkaL	பறப்பவர்கள் paRappavarkaL
3p.n.	பறந்தவை paRandhavai	பறக்கிறவை paRakkiRavai	பறப்பவை paRappavai

Mood forms:

Imperative (s)	பற paRa
Imperative (p/h)	பறங்கள் paRangaL
Imperative Negative (s)	பறக்காதே paRakkaadhE
Imperative Negative (p/h)	பறக்காதீர்கள் paRakkaadheerkaL
Optative	பறப்பீர் paRappeer
Permissive	பறக்கட்டும் paRakkattum
Potential	பறக்கலாம் paRakkalaam

37. To forget – மறக்க (maRakka)

Finite Verb forms:

	Past	Present	Future
1s	மறந்தேன் maRandhEn	மறக்கிறேன் maRakkiREn	மறப்பேன் maRappEn
1p	மறந்தோம் maRandhOm	மறக்கிறோம் maRakkiROm	மறப்போம் maRappOm
2s	மறந்தாய் maRandhaai	மறக்கிறாய் maRakkiRaai	மறப்பாய் maRappaai
2p	மறந்தீர்கள் maRandheerkaL	மறக்கிறீர்கள் maRakkiReerkaL	மறப்பீர்கள் maRappeerkaL
3s.m.	மறந்தான் maRandhaan	மறக்கிறான் maRakkiRaan	மறப்பான் maRappaan
3s.f.	மறந்தாள் maRandhaaL	மறக்கிறாள் maRakkiRaaL	மறப்பாள் maRappaaL
3s.n.	மறந்தது maRandhadhu	மறக்கிறது maRakkiRadhu	மறக்கும் maRakkum
3s.h.	மறந்தார் maRandhaar	மறக்கிறார் maRakkiRaar	மறப்பார் maRappaar
3p. (m/f & h)	மறந்தார்கள் maRandhaarkaL	மறக்கிறார்கள் maRakkiRaarkaL	மறப்பார்கள் maRappaarkaL
3p.n.	மறந்தன maRandhana	மறக்கின்றன maRakkindrana	மறக்கும் maRakkum

Non-Finite Verb forms:

Adjectival Participle - Affirmative	மறந்த maRandha
Adjectival Participle - Negative	மறக்காத maRakkaadha
Verbal Participle - Affirmative	மறந்து maRandhu
Verbal Participle - Negative	மறக்காமல் maRakkaamal
Conditional – Affirmative	மறந்தால் maRandhaal
Conditional – Negative	மறக்காவிட்டால் maRakkaavittaal
Infinitive	மறக்க maRakka

Immediate	மறந்ததும் maRandhadhum
Concessive of fact	மறந்தும் maRandhum
Concessive of supposition	மறந்தாலும் maRandhaalum

Participial forms:

	Past	Present	Future
3s.m.	மறந்தவன் maRandhavan	மறக்கிறவன் maRakkiRavan	மறப்பவன் maRappavan
3s.f.	மறந்தவள் maRandhavaL	மறக்கிறவள் maRakkiRavaL	மறப்பவள் maRappavaL
3s.n.	மறந்தது maRandhadhu	மறக்கிறது maRakkiRadhu	மறப்பது maRappadhu
3s.h.	மறந்தவர் maRandhavar	மறக்கிறவர் maRakkiRavar	மறப்பவர் maRappavar
3p. (m/f. & h)	மறந்தவர்கள் maRandhavarkaL	மறக்கிறவர்கள் maRakkiRavarkaL	மறப்பவர்கள் maRappavarkaL
3p.n.	மறந்தவை maRandhavai	மறக்கிறவை maRakkiRavai	மறப்பவை maRappavai

Mood forms:

Imperative (s)	மற maRa
Imperative (p/h)	மறங்கள் maRangaL
Imperative Negative (s)	மறக்காதே maRakkaadhE
Imperative Negative (p/h)	மறக்காதீர்கள் maRakkaadheerkaL
Optative	மறப்பீர் maRappeer
Permissive	மறக்கட்டும் maRakkattum
Potential	மறக்கலாம் maRakkalaam

38. To get up – எழ (ezha)

Finite Verb forms:

	Past	Present	Future
1s	எழுந்தேன் ezhundhEn	எழுகிறேன் ezhukiREn	எழுவேன் ezhuvEn
1p	எழுந்தோம் ezhundhOm	எழுகிறோம் ezhukiROm	எழுவோம் ezhuvOm
2s	எழுந்தாய் ezhundhaai	எழுகிறாய் ezhukiRaai	எழுவாய் ezhuvaai
2p	எழுந்தீர்கள் ezhundheerkaL	எழுகிறீர்கள் ezhukiReerkaL	எழுவீர்கள் ezhuveerkaL
3s.m.	எழுந்தான் ezhundhaan	எழுகிறான் ezhukiRaan	எழுவான் ezhuvaan
3s.f.	எழுந்தாள் ezhundhaaL	எழுகிறாள் ezhukiRaaL	எழுவாள் ezhuvaaL
3s.n.	எழுந்தது ezhundhadhu	எழுகிறது ezhukiRadhu	எழும் ezhum
3s.h.	எழுந்தார் ezhundhaar	எழுகிறார் ezhukiRaar	எழுவார் ezhuvaar
3p. (m/f & h)	எழுந்தார்கள் ezhundhaarkaL	எழுகிறார்கள் ezhukiRaarkaL	எழுவார்கள் ezhuvaarkaL
3p.n.	எழுந்தன ezhundhana	எழுகின்றன ezhukindrana	எழும் ezhum

Non-Finite Verb forms:

Adjectival Participle - Affirmative	எழுந்த ezhundha
Adjectival Participle - Negative	எழாத ezhaadha
Verbal Participle - Affirmative	எழுந்து ezhundhu
Verbal Participle - Negative	எழாமல் ezhaamal
Conditional – Affirmative	எழுந்தால் ezhundhaal
Conditional – Negative	எழாவிட்டால் ezhaavittaal
Infinitive	எழ ezha

Immediate	எழுந்ததும் ezhundhadhum
Concessive of fact	எழுந்தும் ezhundhum
Concessive of supposition	எழுந்தாலும் ezhundhaalum

Participial forms:

	Past	Present	Future
3s.m.	எழுந்தவன் ezhundhavan	எழுகிறவன் ezhukiRavan	எழுபவன் ezhupavan
3s.f.	எழுந்தவள் ezhundhavaL	எழுகிறவள் ezhukiRavaL	எழுபவள் ezhupavaL
3s.n.	எழுந்தது ezhundhadhu	எழுகிறது ezhukiRadhu	எழுவது ezhuvadhu
3s.h.	எழுந்தவர் ezhundhavar	எழுகிறவர் ezhukiRavar	எழுபவர் ezhupavar
3p. (m/f. & h)	எழுந்தவர்கள் ezhundhavarkaL	எழுகிறவர்கள் ezhukiRavarkaL	எழுபவர்கள் ezhupavarkaL
3p.n.	எழுந்தவை ezhundhavai	எழுகிறவை ezhukiRavai	எழுபவை ezhupavai

Mood forms:

Imperative (s)	எழு ezhu
Imperative (p/h)	எழுங்கள் ezhungaL
Imperative Negative (s)	எழாதே ezhaadhE
Imperative Negative (p/h)	எழாதீர்கள் ezhaadheerkaL
Optative	எழுவீர் ezhuveer
Permissive	எழட்டும் ezhattum
Potential	எழலாம் ezhalaam

39. To give – கொடுக்க (kotukka)

Finite Verb forms:

	Past	Present	Future
1s	கொடுத்தேன் kotuththEn	கொடுக்கிறேன் kotukkiREn	கொடுப்பேன் kotuppEn
1p	கொடுத்தோம் kotuththOm	கொடுக்கிறோம் kotukkiROm	கொடுப்போம் kotuppOm
2s	கொடுத்தாய் kotuththaai	கொடுக்கிறாய் kotukkiRaai	கொடுப்பாய் kotuppaai
2p	கொடுத்தீர்கள் kotuththeerkaL	கொடுக்கிறீர்கள் kotukkiReerkaL	கொடுப்பீர்கள் kotuppeerkaL
3s.m.	கொடுத்தான் kotuththaan	கொடுக்கிறான் kotukkiRaan	கொடுப்பான் kotuppaan
3s.f.	கொடுத்தாள் kotuththaaL	கொடுக்கிறாள் kotukkiRaaL	கொடுப்பாள் kotuppaaL
3s.n.	கொடுத்தது kotuththadhu	கொடுக்கிறது kotukkiRadhu	கொடுக்கும் kotukkum
3s.h.	கொடுத்தார் kotuththaar	கொடுக்கிறார் kotukkiRaar	கொடுப்பார் kotuppaar
3p. (m/f & h)	கொடுத்தார்கள் kotuththaarkaL	கொடுக்கிறார்கள் kotukkiRaarkaL	கொடுப்பார்கள் kotuppaarkaL
3p.n.	கொடுத்தன kotuththana	கொடுக்கின்றன kotukkindrana	கொடுக்கும் kotukkum

Non-Finite Verb forms:

Adjectival Participle - Affirmative	கொடுத்த kotuththa
Adjectival Participle - Negative	கொடுக்காத kotukkaadha
Verbal Participle - Affirmative	கொடுத்து kotuththu
Verbal Participle - Negative	கொடுக்காமல் kotukkaamal
Conditional – Affirmative	கொடுத்தால் kotuththaal
Conditional – Negative	கொடுக்காவிட்டால் kotukkaavittaal
Infinitive	கொடுக்க kotukka

Immediate	கொடுத்ததும் kotuththadhum
Concessive of fact	கொடுத்தும் kotuththum
Concessive of supposition	கொடுத்தாலும் kotuththaalum

Participial forms:

	Past	Present	Future
3s.m.	கொடுத்தவன் kotuththavan	கொடுக்கிறவன் kotukkiRavan	கொடுப்பவன் kotuppavan
3s.f.	கொடுத்தவள் kotuththavaL	கொடுக்கிறவள் kotukkiRavaL	கொடுப்பவள் kotuppavaL
3s.n.	கொடுத்தது kotuththadhu	கொடுக்கிறது kotukkiRadhu	கொடுப்பது kotuppadhu
3s.h.	கொடுத்தவர் kotuththavar	கொடுக்கிறவர் kotukkiRavar	கொடுப்பவர் kotuppavar
3p. (m/f. & h)	கொடுத்தவர்கள் kotuththavarkaL	கொடுக்கிறவர்கள் kotukkiRavarkaL	கொடுப்பவர்கள் kotuppavarkaL
3p.n.	கொடுத்தவை kotuththavai	கொடுக்கிறவை kotukkiRavai	கொடுப்பவை kotuppavai

Mood forms:

Imperative (s)	கொடு kotu
Imperative (p/h)	கொடுங்கள் kotungaL
Imperative Negative (s)	கொடுக்காதே kotukkaadhE
Imperative Negative (p/h)	கொடுக்காதீர்கள் kotukkaadheerkaL
Optative	கொடுப்பீர் kotuppeer
Permissive	கொடுக்கட்டும் kotukkattum
Potential	கொடுக்கலாம் kotukkalaam

40. To go – செல்ல/ போக (sella/ pOka)

Finite Verb forms:

	Past	Present	Future
1s	சென்றேன்/ போனேன் sendrEn/ pOnEn	செல்கிறேன்/ போகிறேன் selkiREn/ pOkiREn	செல்வேன்/ போவேன் selvEn/ pOvEn
1p	சென்றோம்/ போனோம் sendrOm/ pOnOm	செல்கிறோம்/ போகிறோம் selkiROm/ pOkiROm	செல்வோம்/ போவோம் selvOm/ pOvOm
2s	சென்றாய்/ போனாய் sendraai/ pOnaai	செல்கிறாய்/ போகிறாய் selkiRaai/ pOkiRaai	செல்வாய்/ போவாய் selvaai/ pOvaai
2p	சென்றீர்கள்/ போனீர்கள் sendreerkaL/ pOneerkaL	செல்கிறீர்கள்/ போகிறீர்கள் selkiReerkaL/ pOkiReerkaL	செல்வீர்கள்/ போவீர்கள் selveerkaL/ pOveerkaL
3s.m.	சென்றான்/ போனான் sendraan/ pOnaan	செல்கிறான்/ போகிறான் selkiRaan/ pOkiRaan	செல்வான்/ போவான் selvaan/ pOvaan
3s.f.	சென்றாள்/ போனாள் sendraaL/ pOnaaL	செல்கிறாள்/ போகிறாள் selkiRaaL/ pOkiRaaL	செல்வாள்/ போவாள் selvaaL/ pOvaaL
3s.n.	சென்றது/ போனது sendradhu/ pOnadhu	செல்கிறது/போகிறது selkiRadhu/ pOkiRadhu	செல்லும்/போகும் sellum/ pOkum
3s.h.	சென்றார்/ போனார் sendraar/ pOnaar	செல்கிறார்/ போகிறார் selkiRaar/ pOkiRaar	செல்வார்/போவார் selvaar/ pOvaar
3p. (m/f & h)	சென்றார்கள்/ போனார்கள் sendraarkaL/ pOnaarkaL	செல்கிறார்கள்/ போகிறார்கள் selkiRaarkaL/ pOkiRaarkaL	செல்வார்கள்/ போவார்கள் selvaarkaL/ pOvaarkaL
3p.n.	சென்றன/ போயின sendrana/ pOyina	செல்கின்றன/ போகின்றன selkindrana/ pOkindrana	செல்லும்/ போகும் sellum/ pOkum

Non-Finite Verb forms:

Adjectival Participle - Affirmative	சென்ற/ போன sendra/ pOna
Adjectival Participle - Negative	செல்லாத/ போகாத sellaadha/ pOkaadha
Verbal Participle - Affirmative	சென்று/ போய் sendru/ pOi
Verbal Participle - Negative	செல்லாமல்/ போகாமல் sellaamal/ pOkaamal
Conditional – Affirmative	சென்றால்/ போனால் sendraal/ pOnaal
Conditional – Negative	செல்லாவிட்டால்/ போகாவிட்டால் sellaavittaal/ pOkaavittaal
Infinitive	செல்ல/ போக sella/ pOka
Immediate	சென்றதும்/ போனதும் sendradhum/ pOnadhum
Concessive of fact	சென்றும்/ போயும் sendrum/ pOyum
Concessive of supposition	சென்றாலும்/ போனாலும் sendraalum/ pOnaalum

Participial forms:

	Past	Present	Future
3s.m.	சென்றவன்/ போனவன் sendravan/ pOnavan	செல்கிறவன்/ போகிறவன் selkiRavan/ pOkiRavan	செல்பவன்/ போபவன் selpavan/ pOpavan
3s.f.	சென்றவள்/ போனவள் sendravaL/ pOnavaL	செல்கிறவள்/ போகிறவள் selkiRavaL/ pOkiRavaL	செல்பவள்/ போபவள் selpavaL/ pOpavaL
3s.n.	சென்றது/ போனது sendradhu/ pOnadhu	செல்கிறது/போகிறது selkiRadhu/ pOkiRadhu	செல்வது/ போவது selvadhu/ pOvadhu
3s.h.	சென்றவர்/ போனவர் sendravar/ pOnavar	செல்கிறவர்/ போகிறவர் selkiRavar/ pOkiRavar	செல்பவர்/ போபவர் selpavar/ pOpavar
3p. (m/f. & h)	சென்றவர்கள்/ போனவர்கள் sendravarkaL/ pOnavarkaL	செல்கிறவர்கள்/ போகிறவர்கள் selkiRavarkaL/ pOkiRavarkaL	செல்பவர்கள்/ போபவர்கள் selpavarkaL/ pOpavarkaL

3p.n.	சென்றவை/ போனவை	செல்கிறவை/ போகிறவை	செல்பவை/ போபவை
	sendravai/ pOnavai	selkiRavai/ pOkiRavai	selpavai/ pOpavai

Mood forms:

Imperative (s)	செல்/ போ
	sel/ pO
Imperative (p/h)	செல்லுங்கள்/ போங்கள்
	sellungaL/ pOngaL
Imperative Negative (s)	செல்லாதே/ போகாதே
	sellaadhE/ pOkaadhE
Imperative Negative (p/h)	செல்லாதீர்கள்/ போகாதீர்கள்
	sellaadheerkaL/ pOkaadheerkaL
Optative	செல்வீர்/ போவீர்
	selveer/ pOveer
Permissive	செல்லட்டும்/ போகட்டும்
	sellattum/ pOkattum
Potential	செல்லலாம்/ போகலாம்
	sellalaam/ pOkalaam

Note: In day-to-day life, போ- words are normally used. செல்- words are used only in written form.

41. To happen – நடக்க (natakka)

Finite Verb forms:

Past	Present	Future
நடந்தது natandhadhu	நடக்கிறது natakkiRadhu	நடக்கும் natakkum

Non-Finite Verb forms:

Adjectival Participle - Affirmative	நடந்த natandha
Adjectival Participle - Negative	நடக்காத natakkaadha
Verbal Participle - Affirmative	நடந்து natandhu
Verbal Participle - Negative	நடக்காமல் natakkaamal
Conditional – Affirmative	நடந்தால் natandhaal
Conditional – Negative	நடக்காவிட்டால் natakkaavittaal
Infinitive	நடக்க natakka
Immediate	நடந்ததும் natandhadhum
Concessive of fact	நடந்தும் natandhum
Concessive of supposition	நடந்தாலும் natandhaalum

Participial forms:

	Past	Present	Future
3s.m.			
3s.f.			
3s.n.			
3s.h.	-	-	-
3p. (m/f. & h)			
3p.n.			

Mood forms:

Imperative (s)	-
Imperative (p/h)	-
Imperative Negative (s)	-
Imperative Negative (p/h)	-
Optative	-
Permissive	நடக்கட்டும் natakkattum
Potential	நடக்கலாம் natakkalaam

42. To have – வைத்திருக்க (vaiththirukka)

Finite Verb forms:

	Past	Present	Future
1s	வைத்திருந்தேன் vaiththirundhEn	வைத்திருக்கிறேன் vaiththirukkiREn	வைத்திருப்பேன் vaiththiruppEn
1p	வைத்திருந்தோம் vaiththirundhOm	வைத்திருக்கிறோம் vaiththirukkiROm	வைத்திருப்போம் vaiththiruppOm
2s	வைத்திருந்தாய் vaiththirundhaai	வைத்திருக்கிறாய் vaiththirukkiRaai	வைத்திருப்பாய் vaiththiruppaai
2p	வைத்திருந்தீர்கள் vaiththirundheerkaL	வைத்திருக்கிறீர்கள் vaiththirukkiReerkaL	வைத்திருப்பீர்கள் vaiththiruppeerkaL
3s.m.	வைத்திருந்தான் vaiththirundhaan	வைத்திருக்கிறான் vaiththirukkiRaan	வைத்திருப்பான் vaiththiruppaan
3s.f.	வைத்திருந்தாள் vaiththirundhaaL	வைத்திருக்கிறாள் vaiththirukkiRaaL	வைத்திருப்பாள் vaiththiruppaaL
3s.n.	வைத்திருந்தது vaiththirundhadhu	வைத்திருக்கிறது vaiththirukkiRadhu	வைத்திருக்கும் vaiththirukkum
3s.h.	வைத்திருந்தார் vaiththirundhaar	வைத்திருக்கிறார் vaiththirukkiRaar	வைத்திருப்பார் vaiththiruppaar
3p. (m/f & h)	வைத்திருந்தார்கள் vaiththirundhaarkaL	வைத்திருக்கிறார்கள் vaiththirukkiRaarkaL	வைத்திருப்பார்கள் vaiththiruppaarkaL
3p.n.	வைத்திருந்தன vaiththirundhana	வைத்திருக்கின்றன vaiththirukkindrana	வைத்திருக்கும் vaiththirukkum

Non-Finite Verb forms:

Adjectival Participle - Affirmative	வைத்திருந்த vaiththirundha
Adjectival Participle - Negative	வைத்திருக்காத vaiththirukkaadha
Verbal Participle - Affirmative	வைத்திருந்து vaiththirundhu
Verbal Participle - Negative	வைத்திருக்காமல் vaiththirukkaamal
Conditional – Affirmative	வைத்திருந்தால் vaiththirundhaal
Conditional – Negative	வைத்திருக்காவிட்டால் vaiththirukkaavittaal
Infinitive	வைத்திருக்க vaiththirukka

Immediate	வைத்திருந்ததும் vaiththirundhadhum
Concessive of fact	வைத்திருந்தும் vaiththirundhum
Concessive of supposition	வைத்திருந்தாலும் vaiththirundhaalum

Participial forms:

	Past	Present	Future
3s.m.	வைத்திருந்தவன் vaiththirundhavan	வைத்திருக்கிறவன் vaiththirukkiRavan	வைத்திருப்பவன் vaiththiruppavan
3s.f.	வைத்திருந்தவள் vaiththirundhavaL	வைத்திருக்கிறவள் vaiththirukkiRavaL	வைத்திருப்பவள் vaiththiruppavaL
3s.n.	வைத்திருந்தது vaiththirundhadhu	வைத்திருக்கிறது vaiththirukkiRadhu	வைத்திருப்பது vaiththiruppadhu
3s.h.	வைத்திருந்தவர் vaiththirundhavar	வைத்திருக்கிறவர் vaiththirukkiRavar	வைத்திருப்பவர் vaiththiruppavar
3p. (m/f. & h)	வைத்திருந்தவர்கள் vaiththirundhavarkaL	வைத்திருக்கிறவர்கள் vaiththirukkiRavarkaL	வைத்திருப்பவர்கள் vaiththiruppavarkaL
3p.n.	வைத்திருந்தவை vaiththirundhavai	வைத்திருக்கிறவை vaiththirukkiRavai	வைத்திருப்பவை vaiththiruppavai

Mood forms:

Imperative (s)	வைத்திரு vaiththiru
Imperative (p/h)	வைத்திருங்கள் vaiththirungaL
Imperative Negative (s)	வைத்திருக்காதே vaiththirukkaadhE
Imperative Negative (p/h)	வைத்திருக்காதீர்கள் vaiththirukkaadheerkaL
Optative	வைத்திருப்பீர் vaiththiruppeer
Permissive	வைத்திருக்கட்டும் vaiththirukkattum
Potential	வைத்திருக்கலாம் vaiththirukkalaam

43. To hear – கேட்க (kEtka)

Finite Verb forms:

	Past	Present	Future
1s	கேட்டேன் kEttEn	கேட்கிறேன் kEtkiREn	கேட்பேன் kEtpEn
1p	கேட்டோம் kEttOm	கேட்கிறோம் kEtkiROm	கேட்போம் kEtpOm
2s	கேட்டாய் kEttaai	கேட்கிறாய் kEtkiRaai	கேட்பாய் kEtpaai
2p	கேட்டீர்கள் kEtteerkaL	கேட்கிறீர்கள் kEtkiReerkaL	கேட்பீர்கள் kEtpeerkaL
3s.m.	கேட்டான் kEttaan	கேட்கிறான் kEtkiRaan	கேட்பான் kEtpaan
3s.f.	கேட்டாள் kEttaaL	கேட்கிறாள் kEtkiRaaL	கேட்பாள் kEtpaaL
3s.n.	கேட்டது kEttadhu	கேட்கிறது kEtkiRadhu	கேட்கும் kEtkum
3s.h.	கேட்டார் kEttaar	கேட்கிறார் kEtkiRaar	கேட்பார் kEtpaar
3p. (m/f & h)	கேட்டார்கள் kEttaarkaL	கேட்கிறார்கள் kEtkiRaarkaL	கேட்பார்கள் kEtpaarkaL
3p.n.	கேட்டன kEttana	கேட்கின்றன kEtkindrana	கேட்கும் kEtkum

Non-Finite Verb forms:

Adjectival Participle - Affirmative	கேட்ட kEtta
Adjectival Participle - Negative	கேட்காத kEtkaadha
Verbal Participle - Affirmative	கேட்டு *hearing* kEttu
Verbal Participle - Negative	கேட்காமல் kEtkaamal
Conditional – Affirmative	கேட்டால் kEttaal
Conditional – Negative	கேட்காவிட்டால் kEtkaavittaal
Infinitive	கேட்க kEtka

Immediate	கேட்டதும் kEttadhum
Concessive of fact	கேட்டும் kEttum
Concessive of supposition	கேட்டாலும் kEttaalum

Participial forms:

	Past	Present	Future
3s.m.	கேட்டவன் kEttavan	கேட்கிறவன் kEtkiRavan	கேட்பவன் kEtpavan
3s.f.	கேட்டவள் kEttavaL	கேட்கிறவள் kEtkiRavaL	கேட்பவள் kEtpavaL
3s.n.	கேட்டது kEttadhu	கேட்கிறது kEtkiRadhu	கேட்பது kEtpadhu
3s.h.	கேட்டவர் kEttavar	கேட்கிறவர் kEtkiRavar	கேட்பவர் kEtpavar
3p. (m/f. & h)	கேட்டவர்கள் kEttavarkaL	கேட்கிறவர்கள் kEtkiRavarkaL	கேட்பவர்கள் kEtpavarkaL
3p.n.	கேட்டவை kEttavai	கேட்கிறவை kEtkiRavai	கேட்பவை kEtpavai

Mood forms:

Imperative (s)	கேள் kEL
Imperative (p/h)	கேளுங்கள் kELungaL
Imperative Negative (s)	கேட்காதே kEtkaadhE
Imperative Negative (p/h)	கேட்காதீர்கள் kEtkaadheerkaL
Optative	கேட்பீர் kEtpeer
Permissive	கேட்கட்டும் kEtkattum
Potential	கேட்கலாம் kEtkalaam

44. To help – உதவ (udhava)

Finite Verb forms:

	Past	Present	Future
1s	உதவினேன் udhavinEn	உதவுகிறேன் udhavukiREn	உதவுவேன் udhavuvEn
1p	உதவினோம் udhavinOm	உதவுகிறோம் udhavukiROm	உதவுவோம் udhavuvOm
2s	உதவினாய் udhavinaai	உதவுகிறாய் udhavukiRaai	உதவுவாய் udhavuvaai
2p	உதவினீர்கள் udhavineerkaL	உதவுகிறீர்கள் udhavukiReerkaL	உதவுவீர்கள் udhavuveerkaL
3s.m.	உதவினான் udhavinaan	உதவுகிறான் udhavukiRaan	உதவுவான் udhavuvaan
3s.f.	உதவினாள் udhavinaaL	உதவுகிறாள் udhavukiRaaL	உதவுவாள் udhavuvaaL
3s.n.	உதவியது udhaviyadhu	உதவுகிறது udhavukiRadhu	உதவும் udhavum
3s.h.	உதவினார் udhavinaar	உதவுகிறார் udhavukiRaar	உதவுவார் udhavuvaar
3p. (m/f & h)	உதவினார்கள் udhavinaarkaL	உதவுகிறார்கள் udhavukiRaarkaL	உதவுவார்கள் udhavuvaarkaL
3p.n.	உதவின udhavina	உதவுகின்றன udhavukindrana	உதவும் udhavum

Non-Finite Verb forms:

Adjectival Participle - Affirmative	உதவிய udhaviya
Adjectival Participle - Negative	உதவாத udhavaadha
Verbal Participle - Affirmative	உதவி udhavi
Verbal Participle - Negative	உதவாமல் udhavaamal
Conditional – Affirmative	உதவினால் udhavinaal
Conditional – Negative	உதவாவிட்டால் udhavaavittaal
Infinitive	உதவ udhava

Immediate	உதவியதும் udhaviyadhum
Concessive of fact	உதவியும் udhaviyum
Concessive of supposition	உதவினாலும் udhavinaalum

Participial forms:

	Past	Present	Future
3s.m.	உதவியவன் udhaviyavan	உதவுகிறவன் udhavukiRavan	உதவுபவன் udhavupavan
3s.f.	உதவியவள் udhaviyavaL	உதவுகிறவள் udhavukiRavaL	உதவுபவள் udhavupavaL
3s.n.	உதவியது udhaviyadhu	உதவுகிறது udhavukiRadhu	உதவுவது udhavuvadhu
3s.h.	உதவியவர் udhaviyavar	உதவுகிறவர் udhavukiRavar	உதவுபவர் udhavupavar
3p. (m/f. & h)	உதவியவர்கள் udhaviyavarkaL	உதவுகிறவர்கள் udhavukiRavarkaL	உதவுபவர்கள் udhavupavarkaL
3p.n.	உதவியவை udhaviyavai	உதவுகிறவை udhavukiRavai	உதவுபவை udhavupavai

Mood forms:

Imperative (s)	உதவு udhavu
Imperative (p/h)	உதவுங்கள் udhavungaL
Imperative Negative (s)	உதவாதே udhavaadhE
Imperative Negative (p/h)	உதவாதீர்கள் udhavaadheerkaL
Optative	உதவுவீர் udhavuveer
Permissive	உதவட்டும் udhavattum
Potential	உதவலாம் udhavalaam

45. To hold – பிடிக்க (pitikka)

Finite Verb forms:

	Past	Present	Future
1s	பிடித்தேன் pitiththEn	பிடிக்கிறேன் pitikkiREn	பிடிப்பேன் pitippEn
1p	பிடித்தோம் pitiththOm	பிடிக்கிறோம் pitikkiROm	பிடிப்போம் pitippOm
2s	பிடித்தாய் pitiththaai	பிடிக்கிறாய் pitikkiRaai	பிடிப்பாய் pitippaai
2p	பிடித்தீர்கள் pitiththeerkaL	பிடிக்கிறீர்கள் pitikkiReerkaL	பிடிப்பீர்கள் pitippeerkaL
3s.m.	பிடித்தான் pitiththaan	பிடிக்கிறான் pitikkiRaan	பிடிப்பான் pitippaan
3s.f.	பிடித்தாள் pitiththaaL	பிடிக்கிறாள் pitikkiRaaL	பிடிப்பாள் pitippaaL
3s.n.	பிடித்தது pitiththadhu	பிடிக்கிறது pitikkiRadhu	பிடிக்கும் pitikkum
3s.h.	பிடித்தார் pitiththaar	பிடிக்கிறார் pitikkiRaar	பிடிப்பார் pitippaar
3p. (m/f & h)	பிடித்தார்கள் pitiththaarkaL	பிடிக்கிறார்கள் pitikkiRaarkaL	பிடிப்பார்கள் pitippaarkaL
3p.n.	பிடித்தன pitiththana	பிடிக்கின்றன pitikkindrana	பிடிக்கும் pitikkum

Non-Finite Verb forms:

Adjectival Participle - Affirmative	பிடித்த pitiththa
Adjectival Participle - Negative	பிடிக்காத pitikkaadha
Verbal Participle - Affirmative	பிடித்து pitiththu
Verbal Participle - Negative	பிடிக்காமல் pitikkaamal
Conditional – Affirmative	பிடித்தால் pitiththaal
Conditional – Negative	பிடிக்காவிட்டால் pitikkaavittaal
Infinitive	பிடிக்க pitikka

Immediate	பிடித்ததும் pitiththadhum
Concessive of fact	பிடித்தும் pitiththum
Concessive of supposition	பிடித்தாலும் pitiththaalum

Participial forms:

	Past	Present	Future
3s.m.	பிடித்தவன் pitiththavan	பிடிக்கிறவன் pitikkiRavan	பிடிப்பவன் pitippavan
3s.f.	பிடித்தவள் pitiththavaL	பிடிக்கிறவள் pitikkiRavaL	பிடிப்பவள் pitippavaL
3s.n.	பிடித்தது pitiththadhu	பிடிக்கிறது pitikkiRadhu	பிடிப்பது pitippadhu
3s.h.	பிடித்தவர் pitiththavar	பிடிக்கிறவர் pitikkiRavar	பிடிப்பவர் pitippavar
3p. (m/f. & h)	பிடித்தவர்கள் pitiththavarkaL	பிடிக்கிறவர்கள் pitikkiRavarkaL	பிடிப்பவர்கள் pitippavarkaL
3p.n.	பிடித்தவை pitiththavai	பிடிக்கிறவை pitikkiRavai	பிடிப்பவை pitippavai

Mood forms:

Imperative (s)	பிடி piti
Imperative (p/h)	பிடியுங்கள் pitiyungaL
Imperative Negative (s)	பிடிக்காதே pitikkaadhE
Imperative Negative (p/h)	பிடிக்காதீர்கள் pitikkaadheerkaL
Optative	பிடிப்பீர் pitippeer
Permissive	பிடிக்கட்டும் pitikkattum
Potential	பிடிக்கலாம் pitikkalaam

46. To increase – அதிகரிக்க (adhikarikka)

Finite Verb forms:

	Past	Present	Future
1s	அதிகரித்தேன் adhikariththEn	அதிகரிக்கிறேன் adhikarikkiREn	அதிகரிப்பேன் adhikarippEn
1p	அதிகரித்தோம் adhikariththOm	அதிகரிக்கிறோம் adhikarikkiROm	அதிகரிப்போம் adhikarippOm
2s	அதிகரித்தாய் adhikariththaai	அதிகரிக்கிறாய் adhikarikkiRaai	அதிகரிப்பாய் adhikarippaai
2p	அதிகரித்தீர்கள் adhikariththeerkaL	அதிகரிக்கிறீர்கள் adhikarikkiReerkaL	அதிகரிப்பீர்கள் adhikarippeerkaL
3s.m.	அதிகரித்தான் adhikariththaan	அதிகரிக்கிறான் adhikarikkiRaan	அதிகரிப்பான் adhikarippaan
3s.f.	அதிகரித்தாள் adhikariththaaL	அதிகரிக்கிறாள் adhikarikkiRaaL	அதிகரிப்பாள் adhikarippaaL
3s.n.	அதிகரித்தது adhikariththadhu	அதிகரிக்கிறது adhikarikkiRadhu	அதிகரிக்கும் adhikarikkum
3s.h.	அதிகரித்தார் adhikariththaar	அதிகரிக்கிறார் adhikarikkiRaar	அதிகரிப்பார் adhikarippaar
3p. (m/f & h)	அதிகரித்தார்கள் adhikariththaarkaL	அதிகரிக்கிறார்கள் adhikarikkiRaarkaL	அதிகரிப்பார்கள் adhikarippaarkaL
3p.n.	அதிகரித்தன adhikariththana	அதிகரிக்கின்றன adhikarikkindrana	அதிகரிக்கும் adhikarikkum

Non-Finite Verb forms:

Adjectival Participle - Affirmative	அதிகரித்த adhikariththa
Adjectival Participle - Negative	அதிகரிக்காத adhikarikkaadha
Verbal Participle - Affirmative	அதிகரித்து adhikariththu
Verbal Participle - Negative	அதிகரிக்காமல் adhikarikkaamal
Conditional – Affirmative	அதிகரித்தால் adhikariththaal
Conditional – Negative	அதிகரிக்காவிட்டால் adhikarikkaavittaal
Infinitive	அதிகரிக்க adhikarikka

Immediate	அதிகரித்ததும் adhikariththadhum
Concessive of fact	அதிகரித்தும் adhikariththum
Concessive of supposition	அதிகரித்தாலும் adhikariththaalum

Participial forms:

	Past	Present	Future
3s.m.	அதிகரித்தவன் adhikariththavan	அதிகரிக்கிறவன் adhikarikkiRavan	அதிகரிப்பவன் adhikarippavan
3s.f.	அதிகரித்தவள் adhikariththavaL	அதிகரிக்கிறவள் adhikarikkiRavaL	அதிகரிப்பவள் adhikarippavaL
3s.n.	அதிகரித்தது adhikariththadhu	அதிகரிக்கிறது adhikarikkiRadhu	அதிகரிப்பது adhikarippadhu
3s.h.	அதிகரித்தவர் adhikariththavar	அதிகரிக்கிறவர் adhikarikkiRavar	அதிகரிப்பவர் adhikarippavar
3p. (m/f. & h)	அதிகரித்தவர்கள் adhikariththavarkaL	அதிகரிக்கிறவர்கள் adhikarikkiRavarkaL	அதிகரிப்பவர்கள் adhikarippavarkaL
3p.n.	அதிகரித்தவை adhikariththavai	அதிகரிக்கிறவை adhikarikkiRavai	அதிகரிப்பவை adhikarippavai

Mood forms:

Imperative (s)	அதிகரி adhikari
Imperative (p/h)	அதிகரியுங்கள் adhikariyungaL
Imperative Negative (s)	அதிகரிக்காதே adhikarikkaadhE
Imperative Negative (p/h)	அதிகரிக்காதீர்கள் adhikarikkaadheerkaL
Optative	அதிகரிப்பீர் adhikarippeer
Permissive	அதிகரிக்கட்டும் adhikarikkattum
Potential	அதிகரிக்கலாம் adhikarikkalaam

47. To introduce – அறிமுகப்படுத்த (aRimukappatuththa)

Finite Verb forms:

	Past	Present	Future
1s	அறிமுகப்படுத்தினேன் aRimukappatuththinEn	அறிமுகப்படுத்துகிறேன் aRimukappatuththukiREn	அறிமுகப்படுத்துவேன் aRimukappatuththuvEn
1p	அறிமுகப்படுத்தினோம் aRimukappatuththinOm	அறிமுகப்படுத்துகிறோம் aRimukappatuththukiROm	அறிமுகப்படுத்துவோம் aRimukappatuththuvOm
2s	அறிமுகப்படுத்தினாய் aRimukappatuththinaai	அறிமுகப்படுத்துகிறாய் aRimukappatuththukiRaai	அறிமுகப்படுத்துவாய் aRimukappatuththuvaai
2p	அறிமுகப்படுத்தினீர்கள் aRimukappatuththineerkaL	அறிமுகப்படுத்துகிறீர்கள் aRimukappatuththukiReerkaL	அறிமுகப்படுத்துவீர்கள் aRimukappatuththuveerkaL
3s.m	அறிமுகப்படுத்தினான் aRimukappatuththinaan	அறிமுகப்படுத்துகிறான் aRimukappatuththukiRaan	அறிமுகப்படுத்துவான் aRimukappatuththuvaan
3s.f.	அறிமுகப்படுத்தினாள் aRimukappatuththinaaL	அறிமுகப்படுத்துகிறாள் aRimukappatuththukiRaaL	அறிமுகப்படுத்துவாள் aRimukappatuththuvaaL
3s.n	அறிமுகப்படுத்தியது aRimukappatuththiyadhu	அறிமுகப்படுத்துகிறது aRimukappatuththukiRadhu	அறிமுகப்படுத்தும் aRimukappatuththum
3s.h	அறிமுகப்படுத்தினார் aRimukappatuththinaar	அறிமுகப்படுத்துகிறார் aRimukappatuththukiRaar	அறிமுகப்படுத்துவார் aRimukappatuththuvaar
3p. (m/f & h)	அறிமுகப்படுத்தினார்கள் aRimukappatuththinaarkaL	அறிமுகப்படுத்துகிறார்கள் aRimukappatuththukiRaarkaL	அறிமுகப்படுத்துவார்கள் aRimukappatuththuvaarkaL
3p.n	அறிமுகப்படுத்தின aRimukappatuththina	அறிமுகப்படுத்துகின்றன aRimukappatuththukindrana	அறிமுகப்படுத்தும் aRimukappatuththum

Non-Finite Verb forms:

Adjectival Participle - Affirmative	அறிமுகப்படுத்திய aRimukappatuththiya
Adjectival Participle - Negative	அறிமுகப்படுத்தாத aRimukappatuththaadha
Verbal Participle - Affirmative	அறிமுகப்படுத்தி aRimukappatuththi
Verbal Participle - Negative	அறிமுகப்படுத்தாமல் aRimukappatuththaamal
Conditional – Affirmative	அறிமுகப்படுத்தினால் aRimukappatuththinaal
Conditional – Negative	அறிமுகப்படுத்தாவிட்டால் aRimukappatuththaavittaal
Infinitive	அறிமுகப்படுத்த aRimukappatuththa
Immediate	அறிமுகப்படுத்தியதும் aRimukappatuththiyadhum
Concessive of fact	அறிமுகப்படுத்தியும் aRimukappatuththiyum
Concessive of supposition	அறிமுகப்படுத்தினாலும் aRimukappatuththinaalum

Participial forms:

	Past	Present	Future
3s.m.	அறிமுகப்படுத்தியவன் aRimukappatuththiyavan	அறிமுகப்படுத்துகிறவன் aRimukappatuththukiRavan	அறிமுகப்படுத்துபவன் aRimukappatuththupavan
3s.f.	அறிமுகப்படுத்தியவள் aRimukappatuththiyavaL	அறிமுகப்படுத்துகிறவள் aRimukappatuththukiRavaL	அறிமுகப்படுத்துபவள் aRimukappatuththupavaL
3s.n.	அறிமுகப்படுத்தியது aRimukappatuththiyadhu	அறிமுகப்படுத்துகிறது aRimukappatuththukiRadhu	அறிமுகப்படுத்துவது aRimukappatuththuvadhu
3s.h.	அறிமுகப்படுத்தியவர் aRimukappatuththiyavar	அறிமுகப்படுத்துகிறவர் aRimukappatuththukiRavar	அறிமுகப்படுத்துபவர் aRimukappatuththupavar
3p. (m/f & h)	அறிமுகப்படுத்தியவர்கள் aRimukappatuththiyavarkaL	அறிமுகப்படுத்துகிறவர்கள் aRimukappatuththukiRavarkaL	அறிமுகப்படுத்துபவர்கள் aRimukappatuththupavarkaL
3p.n	அறிமுகப்படுத்தியவை aRimukappatuththiyavai	அறிமுகப்படுத்துகிறவை aRimukappatuththukiRavai	அறிமுகப்படுத்துபவை aRimukappatuththupavai

Mood forms:

Imperative (s)	அறிமுகப்படுத்து aRimukappatuththu
Imperative (p/h)	அறிமுகப்படுத்துங்கள் aRimukappatuththungaL
Imperative Negative (s)	அறிமுகப்படுத்தாதே aRimukappatuththaadhE
Imperative Negative (p/h)	அறிமுகப்படுத்தாதீர்கள் aRimukappatuththaadheerkaL
Optative	அறிமுகப்படுத்துவீர் aRimukappatuththuveer
Permissive	அறிமுகப்படுத்தட்டும் aRimukappatuththattum
Potential	அறிமுகப்படுத்தலாம் aRimukappatuththalaam

48. To invite – அழைக்க (azhaikka)

Finite Verb forms:

	Past	Present	Future
1s	அழைத்தேன் azhaiththEn	அழைக்கிறேன் azhaikkiREn	அழைப்பேன் azhaippEn
1p	அழைத்தோம் azhaiththOm	அழைக்கிறோம் azhaikkiROm	அழைப்போம் azhaippOm
2s	அழைத்தாய் azhaiththaai	அழைக்கிறாய் azhaikkiRaai	அழைப்பாய் azhaippaai
2p	அழைத்தீர்கள் azhaiththeerkaL	அழைக்கிறீர்கள் azhaikkiReerkaL	அழைப்பீர்கள் azhaippeerkaL
3s.m.	அழைத்தான் azhaiththaan	அழைக்கிறான் azhaikkiRaan	அழைப்பான் azhaippaan
3s.f.	அழைத்தாள் azhaiththaaL	அழைக்கிறாள் azhaikkiRaaL	அழைப்பாள் azhaippaaL
3s.n.	அழைத்தது azhaiththadhu	அழைக்கிறது azhaikkiRadhu	அழைக்கும் azhaikkum
3s.h.	அழைத்தார் azhaiththaar	அழைக்கிறார் azhaikkiRaar	அழைப்பார் azhaippaar
3p. (m/f & h)	அழைத்தார்கள் azhaiththaarkaL	அழைக்கிறார்கள் azhaikkiRaarkaL	அழைப்பார்கள் azhaippaarkaL
3p.n.	அழைத்தன azhaiththana	அழைக்கின்றன azhaikkindrana	அழைக்கும் azhaikkum

Non-Finite Verb forms:

Adjectival Participle - Affirmative	அழைத்த azhaiththa
Adjectival Participle - Negative	அழைக்காத azhaikkaadha
Verbal Participle - Affirmative	அழைத்து azhaiththu
Verbal Participle - Negative	அழைக்காமல் azhaikkaamal
Conditional – Affirmative	அழைத்தால் azhaiththaal
Conditional – Negative	அழைக்காவிட்டால் azhaikkaavittaal
Infinitive	அழைக்க azhaikka

Immediate	அழைத்ததும் azhaiththadhum
Concessive of fact	அழைத்தும் azhaiththum
Concessive of supposition	அழைத்தாலும் azhaiththaalum

Participial forms:

	Past	Present	Future
3s.m.	அழைத்தவன் azhaiththavan	அழைக்கிறவன் azhaikkiRavan	அழைப்பவன் azhaippavan
3s.f.	அழைத்தவள் azhaiththavaL	அழைக்கிறவள் azhaikkiRavaL	அழைப்பவள் azhaippavaL
3s.n.	அழைத்தது azhaiththadhu	அழைக்கிறது azhaikkiRadhu	அழைப்பது azhaippadhu
3s.h.	அழைத்தவர் azhaiththavar	அழைக்கிறவர் azhaikkiRavar	அழைப்பவர் azhaippavar
3p. (m/f. & h)	அழைத்தவர்கள் azhaiththavarkaL	அழைக்கிறவர்கள் azhaikkiRavarkaL	அழைப்பவர்கள் azhaippavarkaL
3p.n.	அழைத்தவை azhaiththavai	அழைக்கிறவை azhaikkiRavai	அழைப்பவை azhaippavai

Mood forms:

Imperative (s)	அழை azhai
Imperative (p/h)	அழையுங்கள் azhaiyungaL
Imperative Negative (s)	அழைக்காதே azhaikkaadhE
Imperative Negative (p/h)	அழைக்காதீர்கள் azhaikkaadheerkaL
Optative	அழைப்பீர் azhaippeer
Permissive	அழைக்கட்டும் azhaikkattum
Potential	அழைக்கலாம் azhaikkalaam

49. To kill – கொல்ல (kolla)

Finite Verb forms:

	Past	Present	Future
1s	கொன்றேன் kondrEn	கொல்கிறேன் kolkiREn	கொல்வேன் kolvEn
1p	கொன்றோம் kondrOm	கொல்கிறோம் kolkiROm	கொல்வோம் kolvOm
2s	கொன்றாய் kondraai	கொல்கிறாய் kolkiRaai	கொல்வாய் kolvaai
2p	கொன்றீர்கள் kondreerkaL	கொல்கிறீர்கள் kolkiReerkaL	கொல்வீர்கள் kolveerkaL
3s.m.	கொன்றான் kondraan	கொல்கிறான் kolkiRaan	கொல்வான் kolvaan
3s.f.	கொன்றாள் kondraaL	கொல்கிறாள் kolkiRaaL	கொல்வாள் kolvaaL
3s.n.	கொன்றது kondradhu	கொல்கிறது kolkiRadhu	கொல்லும் kollum
3s.h.	கொன்றார் kondraar	கொல்கிறார் kolkiRaar	கொல்வார் kolvaar
3p. (m/f & h)	கொன்றார்கள் kondraarkaL	கொல்கிறார்கள் kolkiRaarkaL	கொல்வார்கள் kolvaarkaL
3p.n.	கொன்றன kondrana	கொல்கின்றன kolkindrana	கொல்லும் kollum

Non-Finite Verb forms:

Adjectival Participle - Affirmative	கொன்ற kondra
Adjectival Participle - Negative	கொல்லாத kollaadha
Verbal Participle - Affirmative	கொன்று kondru
Verbal Participle - Negative	கொல்லாமல் kollaamal
Conditional – Affirmative	கொன்றால் kondraal
Conditional – Negative	கொல்லாவிட்டால் kollaavittaal
Infinitive	கொல்ல kolla

Immediate	கொன்றதும் kondradhum
Concessive of fact	கொன்றும் kondrum
Concessive of supposition	கொன்றாலும் kondraalum

Participial forms:

	Past	Present	Future
3s.m.	கொன்றவன் kondravan	கொல்கிறவன் kolkiRavan	கொல்பவன் kolpavan
3s.f.	கொன்றவள் kondravaL	கொல்கிறவள் kolkiRavaL	கொல்பவள் kolpavaL
3s.n.	கொன்றது kondradhu	கொல்கிறது kolkiRadhu	கொல்வது kolvadhu
3s.h.	கொன்றவர் kondravar	கொல்கிறவர் kolkiRavar	கொல்பவர் kolpavar
3p. (m/f. & h)	கொன்றவர்கள் kondravarkaL	கொல்கிறவர்கள் kolkiRavarkaL	கொல்பவர்கள் kolpavarkaL
3p.n.	கொன்றவை kondravai	கொல்கிறவை kolkiRavai	கொல்பவை kolpavai

Mood forms:

Imperative (s)	கொல் kol
Imperative (p/h)	கொல்லுங்கள் kollungaL
Imperative Negative (s)	கொல்லாதே kollaadhE
Imperative Negative (p/h)	கொல்லாதீர்கள் kollaadheerkaL
Optative	கொல்வீர் kolveer
Permissive	கொல்லட்டும் kollattum
Potential	கொல்லலாம் kollalaam

50. To kiss – முத்தமிட (muththamita)

Finite Verb forms:

	Past	Present	Future
1s	முத்தமிட்டேன் muththamittEn	முத்தமிடுகிறேன் muththamitukiREn	முத்தமிடுவேன் muththamituvEn
1p	முத்தமிட்டோம் muththamittOm	முத்தமிடுகிறோம் muththamitukiROm	முத்தமிடுவோம் muththamituvOm
2s	முத்தமிட்டாய் muththamittaai	முத்தமிடுகிறாய் muththamitukiRaai	முத்தமிடுவாய் muththamituvaai
2p	முத்தமிட்டீர்கள் muththamitteerkaL	முத்தமிடுகிறீர்கள் muththamitukiReerkaL	முத்தமிடுவீர்கள் muththamituveerkaL
3s.m.	முத்தமிட்டான் muththamittaan	முத்தமிடுகிறான் muththamitukiRaan	முத்தமிடுவான் muththamituvaan
3s.f.	முத்தமிட்டாள் muththamittaaL	முத்தமிடுகிறாள் muththamitukiRaaL	முத்தமிடுவாள் muththamituvaaL
3s.n.	முத்தமிட்டது muththamittadhu	முத்தமிடுகிறது muththamitukiRadhu	முத்தமிடும் muththamitum
3s.h.	முத்தமிட்டார் muththamittaar	முத்தமிடுகிறார் muththamitukiRaar	முத்தமிடுவார் muththamituvaar
3p. (m/f & h)	முத்தமிட்டார்கள் muththamittaarkaL	முத்தமிடுகிறார்கள் muththamitukiRaarkaL	முத்தமிடுவார்கள் muththamituvaarkaL
3p.n.	முத்தமிட்டன muththamittana	முத்தமிடுகின்றன muththamitukindrana	முத்தமிடும் muththamitum

Non-Finite Verb forms:

Adjectival Participle - Affirmative	முத்தமிட்ட muththamitta
Adjectival Participle - Negative	முத்தமிடாத muththamitaadha
Verbal Participle - Affirmative	முத்தமிட்டு muththamittu
Verbal Participle - Negative	முத்தமிடாமல் muththamitaamal
Conditional – Affirmative	முத்தமிட்டால் muththamittaal
Conditional – Negative	முத்தமிடாவிட்டால் muththamitaavittaal
Infinitive	முத்தமிட muththamita

Immediate	முத்தமிட்டதும் muththamittadhum
Concessive of fact	முத்தமிட்டும் muththamittum
Concessive of supposition	முத்தமிட்டாலும் muththamittaalum

Participial forms:

	Past	Present	Future
3s.m.	முத்தமிட்டவன் muththamittavan	முத்தமிடுகிறவன் muththamitukiRavan	முத்தமிடுபவன் muththamitupavan
3s.f.	முத்தமிட்டவள் muththamittavaL	முத்தமிடுகிறவள் muththamitukiRavaL	முத்தமிடுபவள் muththamitupavaL
3s.n.	முத்தமிட்டது muththamittadhu	முத்தமிடுகிறது muththamitukiRadhu	முத்தமிடுவது muththamituvadhu
3s.h.	முத்தமிட்டவர் muththamittavar	முத்தமிடுகிறவர் muththamitukiRavar	முத்தமிடுபவர் muththamitupavar
3p. (m/f. & h)	முத்தமிட்டவர்கள் muththamittavarkaL	முத்தமிடுகிறவர்கள் muththamitukiRavarkaL	முத்தமிடுபவர்கள் muththamitupavarkaL
3p.n.	முத்தமிட்டவை muththamittavai	முத்தமிடுகிறவை muththamitukiRavai	முத்தமிடுபவை muththamitupavai

Mood forms:

Imperative (s)	முத்தமிடு muththamitu
Imperative (p/h)	முத்தமிடுங்கள் muththamitungaL
Imperative Negative (s)	முத்தமிடாதே muththamitaadhE
Imperative Negative (p/h)	முத்தமிடாதீர்கள் muththamitaadheerkaL
Optative	முத்தமிடுவீர் muththamituveer
Permissive	முத்தமிடட்டும் muththamitattum
Potential	முத்தமிடலாம் muththamitalaam

51. To know – அறிய (aRiya)

Finite Verb forms:

	Past	Present	Future
1s	அறிந்தேன் aRindhEn	அறிகிறேன் aRikiREn	அறிவேன் aRivEn
1p	அறிந்தோம் aRindhOm	அறிகிறோம் aRikiROm	அறிவோம் aRivOm
2s	அறிந்தாய் aRindhaai	அறிகிறாய் aRikiRaai	அறிவாய் aRivaai
2p	அறிந்தீர்கள் aRindheerkaL	அறிகிறீர்கள் aRikiReerkaL	அறிவீர்கள் aRiveerkaL
3s.m.	அறிந்தான் aRindhaan	அறிகிறான் aRikiRaan	அறிவான் aRivaan
3s.f.	அறிந்தாள் aRindhaaL	அறிகிறாள் aRikiRaaL	அறிவாள் aRivaaL
3s.n.	அறிந்தது aRindhadhu	அறிகிறது aRikiRadhu	அறியும் aRiyum
3s.h.	அறிந்தார் aRindhaar	அறிகிறார் aRikiRaar	அறிவார் aRivaar
3p. (m/f & h)	அறிந்தார்கள் aRindhaarkaL	அறிகிறார்கள் aRikiRaarkaL	அறிவார்கள் aRivaarkaL
3p.n.	அறிந்தன aRindhana	அறிகின்றன aRikindrana	அறியும் aRiyum

Non-Finite Verb forms:

Adjectival Participle - Affirmative	அறிந்த aRindha
Adjectival Participle - Negative	அறியாத aRiyaadha
Verbal Participle - Affirmative	அறிந்து aRindhu
Verbal Participle - Negative	அறியாமல் aRiyaamal
Conditional – Affirmative	அறிந்தால் aRindhaal
Conditional – Negative	அறியாவிட்டால் aRiyaavittaal
Infinitive	அறிய aRiya

Immediate	அறிந்ததும் aRindhadhum
Concessive of fact	அறிந்தும் aRindhum
Concessive of supposition	அறிந்தாலும் aRindhaalum

Participial forms:

	Past	Present	Future
3s.m.	அறிந்தவன் aRindhavan	அறிகிறவன் aRikiRavan	அறிபவன் aRipavan
3s.f.	அறிந்தவள் aRindhavaL	அறிகிறவள் aRikiRavaL	அறிபவள் aRipavaL
3s.n.	அறிந்தது aRindhadhu	அறிகிறது aRikiRadhu	அறிவது aRivadhu
3s.h.	அறிந்தவர் aRindhavar	அறிகிறவர் aRikiRavar	அறிபவர் aRipavar
3p. (m/f. & h)	அறிந்தவர்கள் aRindhavarkaL	அறிகிறவர்கள் aRikiRavarkaL	அறிபவர்கள் aRipavarkaL
3p.n.	அறிந்தவை aRindhavai	அறிகிறவை aRikiRavai	அறிபவை aRipavai

Mood forms:

Imperative (s)	அறி aRi
Imperative (p/h)	அறியுங்கள் aRiyungaL
Imperative Negative (s)	அறியாதே aRiyaadhE
Imperative Negative (p/h)	அறியாதீர்கள் aRiyaadheerkaL
Optative	அறிவீர் aRiveer
Permissive	அறியட்டும் aRiyattum
Potential	அறியலாம் aRiyalaam

52. To laugh – சிரிக்க (sirikka)

Finite Verb forms:

	Past	Present	Future
1s	சிரித்தேன் siriththEn	சிரிக்கிறேன் sirikkiREn	சிரிப்பேன் sirippEn
1p	சிரித்தோம் siriththOm	சிரிக்கிறோம் sirikkiROm	சிரிப்போம் sirippOm
2s	சிரித்தாய் siriththaai	சிரிக்கிறாய் sirikkiRaai	சிரிப்பாய் sirippaai
2p	சிரித்தீர்கள் siriththeerkaL	சிரிக்கிறீர்கள் sirikkiReerkaL	சிரிப்பீர்கள் sirippeerkaL
3s.m.	சிரித்தான் siriththaan	சிரிக்கிறான் sirikkiRaan	சிரிப்பான் sirippaan
3s.f.	சிரித்தாள் siriththaaL	சிரிக்கிறாள் sirikkiRaaL	சிரிப்பாள் sirippaaL
3s.n.	சிரித்தது siriththadhu	சிரிக்கிறது sirikkiRadhu	சிரிக்கும் sirikkum
3s.h.	சிரித்தார் siriththaar	சிரிக்கிறார் sirikkiRaar	சிரிப்பார் sirippaar
3p. (m/f & h)	சிரித்தார்கள் siriththaarkaL	சிரிக்கிறார்கள் sirikkiRaarkaL	சிரிப்பார்கள் sirippaarkaL
3p.n.	சிரித்தன siriththana	சிரிக்கின்றன sirikkindrana	சிரிக்கும் sirikkum

Non-Finite Verb forms:

Adjectival Participle - Affirmative	சிரித்த siriththa
Adjectival Participle - Negative	சிரிக்காத sirikkaadha
Verbal Participle - Affirmative	சிரித்து siriththu
Verbal Participle - Negative	சிரிக்காமல் sirikkaamal
Conditional – Affirmative	சிரித்தால் siriththaal
Conditional – Negative	சிரிக்காவிட்டால் sirikkaavittaal
Infinitive	சிரிக்க sirikka

Immediate	சிரித்ததும் siriththadhum
Concessive of fact	சிரித்தும் siriththum
Concessive of supposition	சிரித்தாலும் siriththaalum

Participial forms:

	Past	Present	Future
3s.m.	சிரித்தவன் siriththavan	சிரிக்கிறவன் sirikkiRavan	சிரிப்பவன் sirippavan
3s.f.	சிரித்தவள் siriththavaL	சிரிக்கிறவள் sirikkiRavaL	சிரிப்பவள் sirippavaL
3s.n.	சிரித்தது siriththadhu	சிரிக்கிறது sirikkiRadhu	சிரிப்பது sirippadhu
3s.h.	சிரித்தவர் siriththavar	சிரிக்கிறவர் sirikkiRavar	சிரிப்பவர் sirippavar
3p. (m/f. & h)	சிரித்தவர்கள் siriththavarkaL	சிரிக்கிறவர்கள் sirikkiRavarkaL	சிரிப்பவர்கள் sirippavarkaL
3p.n.	சிரித்தவை siriththavai	சிரிக்கிறவை sirikkiRavai	சிரிப்பவை sirippavai

Mood forms:

Imperative (s)	சிரி siri
Imperative (p/h)	சிரியுங்கள் siriyungaL
Imperative Negative (s)	சிரிக்காதே sirikkaadhE
Imperative Negative (p/h)	சிரிக்காதீர்கள் sirikkaadheerkaL
Optative	சிரிப்பீர் sirippeer
Permissive	சிரிக்கட்டும் sirikkattum
Potential	சிரிக்கலாம் sirikkalaam

53. To learn – கற்க (kaRka)

Finite Verb forms:

	Past	Present	Future
1s	கற்றேன் katrEn	கற்கிறேன் kaRkiREn	கற்பேன் kaRpEn
1p	கற்றோம் katrOm	கற்கிறோம் kaRkiROm	கற்போம் kaRpOm
2s	கற்றாய் katraai	கற்கிறாய் kaRkiRaai	கற்பாய் kaRpaai
2p	கற்றீர்கள் katreerkaL	கற்கிறீர்கள் kaRkiReerkaL	கற்பீர்கள் kaRpeerkaL
3s.m.	கற்றான் katraan	கற்கிறான் kaRkiRaan	கற்பான் kaRpaan
3s.f.	கற்றாள் katraaL	கற்கிறாள் kaRkiRaaL	கற்பாள் kaRpaaL
3s.n.	கற்றது katradhu	கற்கிறது kaRkiRadhu	கற்கும் kaRkum
3s.h.	கற்றார் katraar	கற்கிறார் kaRkiRaar	கற்பார் kaRpaar
3p. (m/f & h)	கற்றார்கள் katraarkaL	கற்கிறார்கள் kaRkiRaarkaL	கற்பார்கள் kaRpaarkaL
3p.n.	கற்றன katrana	கற்கின்றன kaRkindrana	கற்கும் kaRkum

Non-Finite Verb forms:

Adjectival Participle - Affirmative	கற்ற katra
Adjectival Participle - Negative	கற்காத kaRkaadha
Verbal Participle - Affirmative	கற்று katru
Verbal Participle - Negative	கற்காமல் kaRkaamal
Conditional – Affirmative	கற்றால் katraal
Conditional – Negative	கற்காவிட்டால் kaRkaavittaal
Infinitive	கற்க kaRka

Immediate	கற்றதும் katradhum
Concessive of fact	கற்றும் katrum
Concessive of supposition	கற்றாலும் katraalum

Participial forms:

	Past	Present	Future
3s.m.	கற்றவன் katravan	கற்கிறவன் kaRkiRavan	கற்பவன் kaRpavan
3s.f.	கற்றவள் katravaL	கற்கிறவள் kaRkiRavaL	கற்பவள் kaRpavaL
3s.n.	கற்றது katradhu	கற்கிறது kaRkiRadhu	கற்பது kaRpadhu
3s.h.	கற்றவர் katravar	கற்கிறவர் kaRkiRavar	கற்பவர் kaRpavar
3p. (m/f. & h)	கற்றவர்கள் katravarkaL	கற்கிறவர்கள் kaRkiRavarkaL	கற்பவர்கள் kaRpavarkaL
3p.n.	கற்றவை katravai	கற்கிறவை kaRkiRavai	கற்பவை kaRpavai

Mood forms:

Imperative (s)	கற்றுக்கொள் katrukkoL
Imperative (p/h)	கற்றுக்கொள்ளுங்கள் katrukkoLLungaL
Imperative Negative (s)	கற்காதே kaRkaadhE
Imperative Negative (p/h)	கற்காதீர்கள் kaRkaadheerkaL
Optative	கற்பீர் kaRpeer
Permissive	கற்கட்டும் kaRkattum
Potential	கற்கலாம் kaRkalaam

54. To lie down – படுக்க (patukka)

Finite Verb forms:

	Past	Present	Future
1s	படுத்தேன் patuththEn	படுக்கிறேன் patukkiREn	படுப்பேன் patuppEn
1p	படுத்தோம் patuththOm	படுக்கிறோம் patukkiROm	படுப்போம் patuppOm
2s	படுத்தாய் patuththaai	படுக்கிறாய் patukkiRaai	படுப்பாய் patuppaai
2p	படுத்தீர்கள் patuththeerkaL	படுக்கிறீர்கள் patukkiReerkaL	படுப்பீர்கள் patuppeerkaL
3s.m.	படுத்தான் patuththaan	படுக்கிறான் patukkiRaan	படுப்பான் patuppaan
3s.f.	படுத்தாள் patuththaaL	படுக்கிறாள் patukkiRaaL	படுப்பாள் patuppaaL
3s.n.	படுத்தது patuththadhu	படுக்கிறது patukkiRadhu	படுக்கும் patukkum
3s.h.	படுத்தார் patuththaar	படுக்கிறார் patukkiRaar	படுப்பார் patuppaar
3p. (m/f & h)	படுத்தார்கள் patuththaarkaL	படுக்கிறார்கள் patukkiRaarkaL	படுப்பார்கள் patuppaarkaL
3p.n.	படுத்தன patuththana	படுக்கின்றன patukkindrana	படுக்கும் patukkum

Non-Finite Verb forms:

Adjectival Participle - Affirmative	படுத்த patuththa
Adjectival Participle - Negative	படுக்காத patukkaadha
Verbal Participle - Affirmative	படுத்து patuththu
Verbal Participle - Negative	படுக்காமல் patukkaamal
Conditional – Affirmative	படுத்தால் patuththaal
Conditional – Negative	படுக்காவிட்டால் patukkaavittaal
Infinitive	படுக்க patukka

Immediate	படுத்ததும் patuththadhum
Concessive of fact	படுத்தும் patuththum
Concessive of supposition	படுத்தாலும் patuththaalum

Participial forms:

	Past	Present	Future
3s.m.	படுத்தவன் patuththavan	படுக்கிறவன் patukkiRavan	படுப்பவன் patuppavan
3s.f.	படுத்தவள் patuththavaL	படுக்கிறவள் patukkiRavaL	படுப்பவள் patuppavaL
3s.n.	படுத்தது patuththadhu	படுக்கிறது patukkiRadhu	படுப்பது patuppadhu
3s.h.	படுத்தவர் patuththavar	படுக்கிறவர் patukkiRavar	படுப்பவர் patuppavar
3p. (m/f. & h)	படுத்தவர்கள் patuththavarkaL	படுக்கிறவர்கள் patukkiRavarkaL	படுப்பவர்கள் patuppavarkaL
3p.n.	படுத்தவை patuththavai	படுக்கிறவை patukkiRavai	படுப்பவை patuppavai

Mood forms:

Imperative (s)	படு patu
Imperative (p/h)	படுங்கள் patungaL
Imperative Negative (s)	படுக்காதே patukkaadhE
Imperative Negative (p/h)	படுக்காதீர்கள் patukkaadheerkaL
Optative	படுப்பீர் patuppeer
Permissive	படுக்கட்டும் patukkattum
Potential	படுக்கலாம் patukkalaam

55. To like – விரும்ப (virumpa)

Finite Verb forms:

	Past	Present	Future
1s	விரும்பினேன் virumpinEn	விரும்புகிறேன் virumpukiREn	விரும்புவேன் virumpuvEn
1p	விரும்பினோம் virumpinOm	விரும்புகிறோம் virumpukiROm	விரும்புவோம் virumpuvOm
2s	விரும்பினாய் virumpinaai	விரும்புகிறாய் virumpukiRaai	விரும்புவாய் virumpuvaai
2p	விரும்பினீர்கள் virumpineerkaL	விரும்புகிறீர்கள் virumpukiReerkaL	விரும்புவீர்கள் virumpuveerkaL
3s.m.	விரும்பினான் virumpinaan	விரும்புகிறான் virumpukiRaan	விரும்புவான் virumpuvaan
3s.f.	விரும்பினாள் virumpinaaL	விரும்புகிறாள் virumpukiRaaL	விரும்புவாள் virumpuvaaL
3s.n.	விரும்பியது virumpiyadhu	விரும்புகிறது virumpukiRadhu	விரும்பும் virumpum
3s.h.	விரும்பினார் virumpinaar	விரும்புகிறார் virumpukiRaar	விரும்புவார் virumpuvaar
3p. (m/f & h)	விரும்பினார்கள் virumpinaarkaL	விரும்புகிறார்கள் virumpukiRaarkaL	விரும்புவார்கள் virumpuvaarkaL
3p.n.	விரும்பின virumpina	விரும்புகின்றன virumpukindrana	விரும்பும் virumpum

Non-Finite Verb forms:

Adjectival Participle - Affirmative	விரும்பிய virumpiya
Adjectival Participle - Negative	விரும்பாத virumpaadha
Verbal Participle - Affirmative	விரும்பி virumpi
Verbal Participle - Negative	விரும்பாமல் virumpaamal
Conditional – Affirmative	விரும்பினால் virumpinaal
Conditional – Negative	விரும்பாவிட்டால் virumpaavittaal
Infinitive	விரும்ப virumpa

Immediate	விரும்பியதும் virumpiyadhum
Concessive of fact	விரும்பியும் virumpiyum
Concessive of supposition	விரும்பினாலும் virumpinaalum

Participial forms:

	Past	Present	Future
3s.m.	விரும்பியவன் virumpiyavan	விரும்புகிறவன் virumpukiRavan	விரும்புபவன் virumpupavan
3s.f.	விரும்பியவள் virumpiyavaL	விரும்புகிறவள் virumpukiRavaL	விரும்புபவள் virumpupavaL
3s.n.	விரும்பியது virumpiyadhu	விரும்புகிறது virumpukiRadhu	விரும்புவது virumpuvadhu
3s.h.	விரும்பியவர் virumpiyavar	விரும்புகிறவர் virumpukiRavar	விரும்புபவர் virumpupavar
3p. (m/f. & h)	விரும்பியவர்கள் virumpiyavarkaL	விரும்புகிறவர்கள் virumpukiRavarkaL	விரும்புபவர்கள் virumpupavarkaL
3p.n.	விரும்பியவை virumpiyavai	விரும்புகிறவை virumpukiRavai	விரும்புபவை virumpupavai

Mood forms:

Imperative (s)	விரும்பு virumpu
Imperative (p/h)	விரும்புங்கள் virumpungaL
Imperative Negative (s)	விரும்பாதே virumpaadhE
Imperative Negative (p/h)	விரும்பாதீர்கள் virumpaadheerkaL
Optative	விரும்புவீர் virumpuveer
Permissive	விரும்பட்டும் virumpattum
Potential	விரும்பலாம் virumpalaam

56. To listen – கேட்க (kEtka)

Finite Verb forms:

	Past	Present	Future
1s	கேட்டேன் kEttEn	கேட்கிறேன் kEtkiREn	கேட்பேன் kEtpEn
1p	கேட்டோம் kEttOm	கேட்கிறோம் kEtkiROm	கேட்போம் kEtpOm
2s	கேட்டாய் kEttaai	கேட்கிறாய் kEtkiRaai	கேட்பாய் kEtpaai
2p	கேட்டீர்கள் kEtteerkaL	கேட்கிறீர்கள் kEtkiReerkaL	கேட்பீர்கள் kEtpeerkaL
3s.m.	கேட்டான் kEttaan	கேட்கிறான் kEtkiRaan	கேட்பான் kEtpaan
3s.f.	கேட்டாள் kEttaaL	கேட்கிறாள் kEtkiRaaL	கேட்பாள் kEtpaaL
3s.n.	கேட்டது kEttadhu	கேட்கிறது kEtkiRadhu	கேட்கும் kEtkum
3s.h.	கேட்டார் kEttaar	கேட்கிறார் kEtkiRaar	கேட்பார் kEtpaar
3p. (m/f & h)	கேட்டார்கள் kEttaarkaL	கேட்கிறார்கள் kEtkiRaarkaL	கேட்பார்கள் kEtpaarkaL
3p.n.	கேட்டன kEttana	கேட்கின்றன kEtkindrana	கேட்கும் kEtkum

Non-Finite Verb forms:

Adjectival Participle - Affirmative	கேட்ட kEtta
Adjectival Participle - Negative	கேட்காத kEtkaadha
Verbal Participle - Affirmative	கேட்டு kEttu
Verbal Participle - Negative	கேட்காமல் kEtkaamal
Conditional – Affirmative	கேட்டால் kEttaal
Conditional – Negative	கேட்காவிட்டால் kEtkaavittaal
Infinitive	கேட்க kEtka

Immediate	கேட்டதும்
	kEttadhum
Concessive of fact	கேட்டும்
	kEttum
Concessive of supposition	கேட்டாலும்
	kEttaalum

Participial forms:

	Past	Present	Future
3s.m.	கேட்டவன்	கேட்கிறவன்	கேட்பவன்
	kEttavan	kEtkiRavan	kEtpavan
3s.f.	கேட்டவள்	கேட்கிறவள்	கேட்பவள்
	kEttavaL	kEtkiRavaL	kEtpavaL
3s.n.	கேட்டது	கேட்கிறது	கேட்பது
	kEttadhu	kEtkiRadhu	kEtpadhu
3s.h.	கேட்டவர்	கேட்கிறவர்	கேட்பவர்
	kEttavar	kEtkiRavar	kEtpavar
3p. (m/f. & h)	கேட்டவர்கள்	கேட்கிறவர்கள்	கேட்பவர்கள்
	kEttavarkaL	kEtkiRavarkaL	kEtpavarkaL
3p.n.	கேட்டவை	கேட்கிறவை	கேட்பவை
	kEttavai	kEtkiRavai	kEtpavai

Mood forms:

Imperative (s)	கேள்
	kEL
Imperative (p/h)	கேளுங்கள்
	kELungaL
Imperative Negative (s)	கேட்காதே
	kEtkaadhE
Imperative Negative (p/h)	கேட்காதீர்கள்
	kEtkaadheerkaL
Optative	கேட்பீர்
	kEtpeer
Permissive	கேட்கட்டும்
	kEtkattum
Potential	கேட்கலாம்
	kEtkalaam

57. To live – வாழ (vaazha)

Finite Verb forms:

	Past	Present	Future
1s	வாழ்ந்தேன் vaazhndhEn	வாழ்கிறேன் vaazhkiREn	வாழ்வேன் vaazhvEn
1p	வாழ்ந்தோம் vaazhndhOm	வாழ்கிறோம் vaazhkiROm	வாழ்வோம் vaazhvOm
2s	வாழ்ந்தாய் vaazhndhaai	வாழ்கிறாய் vaazhkiRaai	வாழ்வாய் vaazhvaai
2p	வாழ்ந்தீர்கள் vaazhndheerkaL	வாழ்கிறீர்கள் vaazhkiReerkaL	வாழ்வீர்கள் vaazhveerkaL
3s.m.	வாழ்ந்தான் vaazhndhaan	வாழ்கிறான் vaazhkiRaan	வாழ்வான் vaazhvaan
3s.f.	வாழ்ந்தாள் vaazhndhaaL	வாழ்கிறாள் vaazhkiRaaL	வாழ்வாள் vaazhvaaL
3s.n.	வாழ்ந்தது vaazhndhadhu	வாழ்கிறது vaazhkiRadhu	வாழும் vaazhum
3s.h.	வாழ்ந்தார் vaazhndhaar	வாழ்கிறார் vaazhkiRaar	வாழ்வார் vaazhvaar
3p. (m/f & h)	வாழ்ந்தார்கள் vaazhndhaarkaL	வாழ்கிறார்கள் vaazhkiRaarkaL	வாழ்வார்கள் vaazhvaarkaL
3p.n.	வாழ்ந்தன vaazhndhana	வாழ்கின்றன vaazhkindrana	வாழும் vaazhum

Non-Finite Verb forms:

Adjectival Participle - Affirmative	வாழ்ந்த vaazhndha
Adjectival Participle - Negative	வாழாத vaazhaadha
Verbal Participle - Affirmative	வாழ்ந்து vaazhndhu
Verbal Participle - Negative	வாழாமல் vaazhaamal
Conditional – Affirmative	வாழ்ந்தால் vaazhndhaal
Conditional – Negative	வாழாவிட்டால் vaazhaavittaal
Infinitive	வாழ vaazha

Immediate	வாழ்ந்ததும் vaazhndhadhum
Concessive of fact	வாழ்ந்தும் vaazhndhum
Concessive of supposition	வாழ்ந்தாலும் vaazhndhaalum

Participial forms:

	Past	Present	Future
3s.m.	வாழ்ந்தவன் vaazhndhavan	வாழ்கிறவன் vaazhkiRavan	வாழ்பவன் vaazhpavan
3s.f.	வாழ்ந்தவள் vaazhndhavaL	வாழ்கிறவள் vaazhkiRavaL	வாழ்பவள் vaazhpavaL
3s.n.	வாழ்ந்தது vaazhndhadhu	வாழ்கிறது vaazhkiRadhu	வாழ்வது vaazhvadhu
3s.h.	வாழ்ந்தவர் vaazhndhavar	வாழ்கிறவர் vaazhkiRavar	வாழ்பவர் vaazhpavar
3p. (m/f. & h)	வாழ்ந்தவர்கள் vaazhndhavarkaL	வாழ்கிறவர்கள் vaazhkiRavarkaL	வாழ்பவர்கள் vaazhpavarkaL
3p.n.	வாழ்ந்தவை vaazhndhavai	வாழ்கிறவை vaazhkiRavai	வாழ்பவை vaazhpavai

Mood forms:

Imperative (s)	வாழு vaazhu
Imperative (p/h)	வாழுங்கள் vaazhungaL
Imperative Negative (s)	வாழாதே vaazhaadhE
Imperative Negative (p/h)	வாழாதீர்கள் vaazhaadheerkaL
Optative	வாழ்வீர் vaazhveer
Permissive	வாழட்டும் vaazhattum
Potential	வாழலாம் vaazhalaam

58. To lose – இழக்க (izhakka)

Finite Verb forms:

	Past	Present	Future
1s	இழந்தேன் izhandhEn	இழக்கிறேன் izhakkiREn	இழப்பேன் izhappEn
1p	இழந்தோம் izhandhOm	இழக்கிறோம் izhakkiROm	இழப்போம் izhappOm
2s	இழந்தாய் izhandhaai	இழக்கிறாய் izhakkiRaai	இழப்பாய் izhappaai
2p	இழந்தீர்கள் izhandheerkaL	இழக்கிறீர்கள் izhakkiReerkaL	இழப்பீர்கள் izhappeerkaL
3s.m.	இழந்தான் izhandhaan	இழக்கிறான் izhakkiRaan	இழப்பான் izhappaan
3s.f.	இழந்தாள் izhandhaaL	இழக்கிறாள் izhakkiRaaL	இழப்பாள் izhappaaL
3s.n.	இழந்தது izhandhadhu	இழக்கிறது izhakkiRadhu	இழக்கும் izhakkum
3s.h.	இழந்தார் izhandhaar	இழக்கிறார் izhakkiRaar	இழப்பார் izhappaar
3p. (m/f & h)	இழந்தார்கள் izhandhaarkaL	இழக்கிறார்கள் izhakkiRaarkaL	இழப்பார்கள் izhappaarkaL
3p.n.	இழந்தன izhandhana	இழக்கின்றன izhakkindrana	இழக்கும் izhakkum

Non-Finite Verb forms:

Adjectival Participle - Affirmative	இழந்த izhandha
Adjectival Participle - Negative	இழக்காத izhakkaadha
Verbal Participle - Affirmative	இழந்து izhandhu
Verbal Participle - Negative	இழக்காமல் izhakkaamal
Conditional – Affirmative	இழந்தால் izhandhaal
Conditional – Negative	இழக்காவிட்டால் izhakkaavittaal
Infinitive	இழக்க izhakka

Immediate	இழந்ததும் izhandhadhum
Concessive of fact	இழந்தும் izhandhum
Concessive of supposition	இழந்தாலும் izhandhaalum

Participial forms:

	Past	Present	Future
3s.m.	இழந்தவன் izhandhavan	இழக்கிறவன் izhakkiRavan	இழப்பவன் izhappavan
3s.f.	இழந்தவள் izhandhavaL	இழக்கிறவள் izhakkiRavaL	இழப்பவள் izhappavaL
3s.n.	இழந்தது izhandhadhu	இழக்கிறது izhakkiRadhu	இழப்பது izhappadhu
3s.h.	இழந்தவர் izhandhavar	இழக்கிறவர் izhakkiRavar	இழப்பவர் izhappavar
3p. (m/f. & h)	இழந்தவர்கள் izhandhavarkaL	இழக்கிறவர்கள் izhakkiRavarkaL	இழப்பவர்கள் izhappavarkaL
3p.n.	இழந்தவை izhandhavai	இழக்கிறவை izhakkiRavai	இழப்பவை izhappavai

Mood forms:

Imperative (s)	இழந்துவிடு izhandhuvitu
Imperative (p/h)	இழந்துவிடுங்கள் izhandhuvitungaL
Imperative Negative (s)	இழக்காதே izhakkaadhE
Imperative Negative (p/h)	இழக்காதீர்கள் izhakkaadheerkaL
Optative	இழப்பீர் izhappeer
Permissive	இழக்கட்டும் izhakkattum
Potential	இழக்கலாம் izhakkalaam

59. To love – நேசிக்க (nEsikka)

Finite Verb forms:

	Past	Present	Future
1s	நேசித்தேன் nEsiththEn	நேசிக்கிறேன் nEsikkiREn	நேசிப்பேன் nEsippEn
1p	நேசித்தோம் nEsiththOm	நேசிக்கிறோம் nEsikkiROm	நேசிப்போம் nEsippOm
2s	நேசித்தாய் nEsiththaai	நேசிக்கிறாய் nEsikkiRaai	நேசிப்பாய் nEsippaai
2p	நேசித்தீர்கள் nEsiththeerkaL	நேசிக்கிறீர்கள் nEsikkiReerkaL	நேசிப்பீர்கள் nEsippeerkaL
3s.m.	நேசித்தான் nEsiththaan	நேசிக்கிறான் nEsikkiRaan	நேசிப்பான் nEsippaan
3s.f.	நேசித்தாள் nEsiththaaL	நேசிக்கிறாள் nEsikkiRaaL	நேசிப்பாள் nEsippaaL
3s.n.	நேசித்தது nEsiththadhu	நேசிக்கிறது nEsikkiRadhu	நேசிக்கும் nEsikkum
3s.h.	நேசித்தார் nEsiththaar	நேசிக்கிறார் nEsikkiRaar	நேசிப்பார் nEsippaar
3p. (m/f & h)	நேசித்தார்கள் nEsiththaarkaL	நேசிக்கிறார்கள் nEsikkiRaarkaL	நேசிப்பார்கள் nEsippaarkaL
3p.n.	நேசித்தன nEsiththana	நேசிக்கின்றன nEsikkindrana	நேசிக்கும் nEsikkum

Non-Finite Verb forms:

Adjectival Participle - Affirmative	நேசித்த nEsiththa
Adjectival Participle - Negative	நேசிக்காத nEsikkaadha
Verbal Participle - Affirmative	நேசித்து nEsiththu
Verbal Participle - Negative	நேசிக்காமல் nEsikkaamal
Conditional – Affirmative	நேசித்தால் nEsiththaal
Conditional – Negative	நேசிக்காவிட்டால் nEsikkaavittaal
Infinitive	நேசிக்க nEsikka

Immediate	நேசித்ததும் nEsiththadhum
Concessive of fact	நேசித்தும் nEsiththum
Concessive of supposition	நேசித்தாலும் nEsiththaalum

Participial forms:

	Past	Present	Future
3s.m.	நேசித்தவன் nEsiththavan	நேசிக்கிறவன் nEsikkiRavan	நேசிப்பவன் nEsippavan
3s.f.	நேசித்தவள் nEsiththavaL	நேசிக்கிறவள் nEsikkiRavaL	நேசிப்பவள் nEsippavaL
3s.n.	நேசித்தது nEsiththadhu	நேசிக்கிறது nEsikkiRadhu	நேசிப்பது nEsippadhu
3s.h.	நேசித்தவர் nEsiththavar	நேசிக்கிறவர் nEsikkiRavar	நேசிப்பவர் nEsippavar
3p. (m/f. & h)	நேசித்தவர்கள் nEsiththavarkaL	நேசிக்கிறவர்கள் nEsikkiRavarkaL	நேசிப்பவர்கள் nEsippavarkaL
3p.n.	நேசித்தவை nEsiththavai	நேசிக்கிறவை nEsikkiRavai	நேசிப்பவை nEsippavai

Mood forms:

Imperative (s)	நேசி nEsi
Imperative (p/h)	நேசியுங்கள் nEsiyungaL
Imperative Negative (s)	நேசிக்காதே nEsikkaadhE
Imperative Negative (p/h)	நேசிக்காதீர்கள் nEsikkaadheerkaL
Optative	நேசிப்பீர் nEsippeer
Permissive	நேசிக்கட்டும் nEsikkattum
Potential	நேசிக்கலாம் nEsikkalaam

60. To meet – சந்திக்க (sandhikka)

Finite Verb forms:

	Past	Present	Future
1s	சந்தித்தேன் sandhiththEn	சந்திக்கிறேன் sandhikkiREn	சந்திப்பேன் sandhippEn
1p	சந்தித்தோம் sandhiththOm	சந்திக்கிறோம் sandhikkiROm	சந்திப்போம் sandhippOm
2s	சந்தித்தாய் sandhiththaai	சந்திக்கிறாய் sandhikkiRaai	சந்திப்பாய் sandhippaai
2p	சந்தித்தீர்கள் sandhiththeerkaL	சந்திக்கிறீர்கள் sandhikkiReerkaL	சந்திப்பீர்கள் sandhippeerkaL
3s.m.	சந்தித்தான் sandhiththaan	சந்திக்கிறான் sandhikkiRaan	சந்திப்பான் sandhippaan
3s.f.	சந்தித்தாள் sandhiththaaL	சந்திக்கிறாள் sandhikkiRaaL	சந்திப்பாள் sandhippaaL
3s.n.	சந்தித்தது sandhiththadhu	சந்திக்கிறது sandhikkiRadhu	சந்திக்கும் sandhikkum
3s.h.	சந்தித்தார் sandhiththaar	சந்திக்கிறார் sandhikkiRaar	சந்திப்பார் sandhippaar
3p. (m/f & h)	சந்தித்தார்கள் sandhiththaarkaL	சந்திக்கிறார்கள் sandhikkiRaarkaL	சந்திப்பார்கள் sandhippaarkaL
3p.n.	சந்தித்தன sandhiththana	சந்திக்கின்றன sandhikkindrana	சந்திக்கும் sandhikkum

Non-Finite Verb forms:

Adjectival Participle - Affirmative	சந்தித்த sandhiththa
Adjectival Participle - Negative	சந்திக்காத sandhikkaadha
Verbal Participle - Affirmative	சந்தித்து sandhiththu
Verbal Participle - Negative	சந்திக்காமல் sandhikkaamal
Conditional – Affirmative	சந்தித்தால் sandhiththaal
Conditional – Negative	சந்திக்காவிட்டால் sandhikkaavittaal
Infinitive	சந்திக்க sandhikka

Immediate	சந்தித்ததும் sandhiththadhum
Concessive of fact	சந்தித்தும் sandhiththum
Concessive of supposition	சந்தித்தாலும் sandhiththaalum

Participial forms:

	Past	Present	Future
3s.m.	சந்தித்தவன் sandhiththavan	சந்திக்கிறவன் sandhikkiRavan	சந்திப்பவன் sandhippavan
3s.f.	சந்தித்தவள் sandhiththavaL	சந்திக்கிறவள் sandhikkiRavaL	சந்திப்பவள் sandhippavaL
3s.n.	சந்தித்தது sandhiththadhu	சந்திக்கிறது sandhikkiRadhu	சந்திப்பது sandhippadhu
3s.h.	சந்தித்தவர் sandhiththavar	சந்திக்கிறவர் sandhikkiRavar	சந்திப்பவர் sandhippavar
3p. (m/f. & h)	சந்தித்தவர்கள் sandhiththavarkaL	சந்திக்கிறவர்கள் sandhikkiRavarkaL	சந்திப்பவர்கள் sandhippavarkaL
3p.n.	சந்தித்தவை sandhiththavai	சந்திக்கிறவை sandhikkiRavai	சந்திப்பவை sandhippavai

Mood forms:

Imperative (s)	சந்தி sandhi
Imperative (p/h)	சந்தியுங்கள் sandhiyungaL
Imperative Negative (s)	சந்திக்காதே sandhikkaadhE
Imperative Negative (p/h)	சந்திக்காதீர்கள் sandhikkaadheerkaL
Optative	சந்திப்பீர் sandhippeer
Permissive	சந்திக்கட்டும் sandhikkattum
Potential	சந்திக்கலாம் sandhikkalaam

61. To need – தேவைப்பட (thEvaippata)

Finite Verb forms:

Past	Present	Future
தேவைப்பட்டது thEvaippattadhu	தேவைப்படுகிறது thEvaippatukiRadhu	தேவைப்படும் thEvaippatum

Non-Finite Verb forms:

Adjectival Participle - Affirmative	தேவைப்பட்ட thEvaippatta
Adjectival Participle - Negative	தேவைப்படாத thEvaippataadha
Verbal Participle - Affirmative	தேவைப்பட்டு thEvaippattu
Verbal Participle - Negative	தேவைப்படாமல் thEvaippataamal
Conditional – Affirmative	தேவைப்பட்டால் thEvaippattaal
Conditional – Negative	தேவைப்படாவிட்டால் thEvaippataavittaal
Infinitive	தேவைப்பட thEvaippata
Immediate	தேவைப்பட்டதும் thEvaippattadhum
Concessive of fact	தேவைப்பட்டும் thEvaippattum
Concessive of supposition	தேவைப்பட்டாலும் thEvaippattaalum

Participial forms:

	Past	Present	Future
3s.m.	தேவைப்பட்டவன் thEvaippattavan	தேவைப்படுகிறவன் thEvaippatukiRavan	தேவைப்படுபவன் thEvaippatupavan
3s.f.	தேவைப்பட்டவள் thEvaippattavaL	தேவைப்படுகிறவள் thEvaippatukiRavaL	தேவைப்படுபவள் thEvaippatupavaL
3s.n.	தேவைப்பட்டது thEvaippattadhu	தேவைப்படுகிறது thEvaippatukiRadhu	தேவைப்படுவது thEvaippatuvadhu
3s.h.	தேவைப்பட்டவர் thEvaippattavar	தேவைப்படுகிறவர் thEvaippatukiRavar	தேவைப்படுபவர் thEvaippatupavar

3p. (m/f. & h)	தேவைப்பட்டவர்கள் thEvaippattavarkaL	தேவைப்படுகிறவர்கள் thEvaippatukiRavarkaL	தேவைப்படுபவர்கள் thEvaippatupavarkaL
3p.n.	தேவைப்பட்டவை thEvaippattavai	தேவைப்படுகிறவை thEvaippatukiRavai	தேவைப்படுபவை thEvaippatupavai

Mood forms:

Imperative (s)	-
Imperative (p/h)	-
Imperative Negative (s)	-
Imperative Negative (p/h)	-
Optative	தேவைப்படுவீர் thEvaippatuveer
Permissive	தேவைப்படட்டும் thEvaippatattum
Potential	தேவைப்படலாம் thEvaippatalaam

62. To notice – கவனிக்க (kavanikka)

Finite Verb forms:

	Past	Present	Future
1s	கவனித்தேன் kavaniththEn	கவனிக்கிறேன் kavanikkiREn	கவனிப்பேன் kavanippEn
1p	கவனித்தோம் kavaniththOm	கவனிக்கிறோம் kavanikkiROm	கவனிப்போம் kavanippOm
2s	கவனித்தாய் kavaniththaai	கவனிக்கிறாய் kavanikkiRaai	கவனிப்பாய் kavanippaai
2p	கவனித்தீர்கள் kavaniththeerkaL	கவனிக்கிறீர்கள் kavanikkiReerkaL	கவனிப்பீர்கள் kavanippeerkaL
3s.m.	கவனித்தான் kavaniththaan	கவனிக்கிறான் kavanikkiRaan	கவனிப்பான் kavanippaan
3s.f.	கவனித்தாள் kavaniththaaL	கவனிக்கிறாள் kavanikkiRaaL	கவனிப்பாள் kavanippaaL
3s.n.	கவனித்தது kavaniththadhu	கவனிக்கிறது kavanikkiRadhu	கவனிக்கும் kavanikkum
3s.h.	கவனித்தார் kavaniththaar	கவனிக்கிறார் kavanikkiRaar	கவனிப்பார் kavanippaar
3p. (m/f & h)	கவனித்தார்கள் kavaniththaarkaL	கவனிக்கிறார்கள் kavanikkiRaarkaL	கவனிப்பார்கள் kavanippaarkaL
3p.n.	கவனித்தன kavaniththana	கவனிக்கின்றன kavanikkindrana	கவனிக்கும் kavanikkum

Non-Finite Verb forms:

Adjectival Participle - Affirmative	கவனித்த kavaniththa
Adjectival Participle - Negative	கவனிக்காத kavanikkaadha
Verbal Participle - Affirmative	கவனித்து kavaniththu
Verbal Participle - Negative	கவனிக்காமல் kavanikkaamal
Conditional – Affirmative	கவனித்தால் kavaniththaal
Conditional – Negative	கவனிக்காவிட்டால் kavanikkaavittaal
Infinitive	கவனிக்க kavanikka

Immediate	கவனித்ததும் kavaniththadhum
Concessive of fact	கவனித்தும் kavaniththum
Concessive of supposition	கவனித்தாலும் kavaniththaalum

Participial forms:

	Past	Present	Future
3s.m.	கவனித்தவன் kavaniththavan	கவனிக்கிறவன் kavanikkiRavan	கவனிப்பவன் kavanippavan
3s.f.	கவனித்தவள் kavaniththavaL	கவனிக்கிறவள் kavanikkiRavaL	கவனிப்பவள் kavanippavaL
3s.n.	கவனித்தது kavaniththadhu	கவனிக்கிறது kavanikkiRadhu	கவனிப்பது kavanippadhu
3s.h.	கவனித்தவர் kavaniththavar	கவனிக்கிறவர் kavanikkiRavar	கவனிப்பவர் kavanippavar
3p. (m/f. & h)	கவனித்தவர்கள் kavaniththavarkaL	கவனிக்கிறவர்கள் kavanikkiRavarkaL	கவனிப்பவர்கள் kavanippavarkaL
3p.n.	கவனித்தவை kavaniththavai	கவனிக்கிறவை kavanikkiRavai	கவனிப்பவை kavanippavai

Mood forms:

Imperative (s)	கவனி kavani
Imperative (p/h)	கவனியுங்கள் kavaniyungaL
Imperative Negative (s)	கவனிக்காதே kavanikkaadhE
Imperative Negative (p/h)	கவனிக்காதீர்கள் kavanikkaadheerkaL
Optative	கவனிப்பீர் kavanippeer
Permissive	கவனிக்கட்டும் kavanikkattum
Potential	கவனிக்கலாம் kavanikkalaam

63. To open – திறக்க (thiRakka)

Finite Verb forms:

	Past	Present	Future
1s	திறந்தேன் thiRandhEn	திறக்கிறேன் thiRakkiREn	திறப்பேன் thiRappEn
1p	திறந்தோம் thiRandhOm	திறக்கிறோம் thiRakkiROm	திறப்போம் thiRappOm
2s	திறந்தாய் thiRandhaai	திறக்கிறாய் thiRakkiRaai	திறப்பாய் thiRappaai
2p	திறந்தீர்கள் thiRandheerkaL	திறக்கிறீர்கள் thiRakkiReerkaL	திறப்பீர்கள் thiRappeerkaL
3s.m.	திறந்தான் thiRandhaan	திறக்கிறான் thiRakkiRaan	திறப்பான் thiRappaan
3s.f.	திறந்தாள் thiRandhaaL	திறக்கிறாள் thiRakkiRaaL	திறப்பாள் thiRappaaL
3s.n.	திறந்தது thiRandhadhu	திறக்கிறது thiRakkiRadhu	திறக்கும் thiRakkum
3s.h.	திறந்தார் thiRandhaar	திறக்கிறார் thiRakkiRaar	திறப்பார் thiRappaar
3p. (m/f & h)	திறந்தார்கள் thiRandhaarkaL	திறக்கிறார்கள் thiRakkiRaarkaL	திறப்பார்கள் thiRappaarkaL
3p.n.	திறந்தன thiRandhana	திறக்கின்றன thiRakkindrana	திறக்கும் thiRakkum

Non-Finite Verb forms:

Adjectival Participle - Affirmative	திறந்த thiRandha
Adjectival Participle - Negative	திறக்காத thiRakkaadha
Verbal Participle - Affirmative	திறந்து thiRandhu
Verbal Participle - Negative	திறக்காமல் thiRakkaamal
Conditional – Affirmative	திறந்தால் thiRandhaal
Conditional – Negative	திறக்காவிட்டால் thiRakkaavittaal
Infinitive	திறக்க thiRakka

Immediate	திறந்ததும் thiRandhadhum
Concessive of fact	திறந்தும் thiRandhum
Concessive of supposition	திறந்தாலும் thiRandhaalum

Participial forms:

	Past	**Present**	**Future**
3s.m.	திறந்தவன் thiRandhavan	திறக்கிறவன் thiRakkiRavan	திறப்பவன் thiRappavan
3s.f.	திறந்தவள் thiRandhavaL	திறக்கிறவள் thiRakkiRavaL	திறப்பவள் thiRappavaL
3s.n.	திறந்தது thiRandhadhu	திறக்கிறது thiRakkiRadhu	திறப்பது thiRappadhu
3s.h.	திறந்தவர் thiRandhavar	திறக்கிறவர் thiRakkiRavar	திறப்பவர் thiRappavar
3p. (m/f. & h)	திறந்தவர்கள் thiRandhavarkaL	திறக்கிறவர்கள் thiRakkiRavarkaL	திறப்பவர்கள் thiRappavarkaL
3p.n.	திறந்தவை thiRandhavai	திறக்கிறவை thiRakkiRavai	திறப்பவை thiRappavai

Mood forms:

Imperative (s)	திற thiRa
Imperative (p/h)	திறங்கள் thiRangaL
Imperative Negative (s)	திறக்காதே thiRakkaadhE
Imperative Negative (p/h)	திறக்காதீர்கள் thiRakkaadheerkaL
Optative	திறப்பீர் thiRappeer
Permissive	திறக்கட்டும் thiRakkattum
Potential	திறக்கலாம் thiRakkalaam

64. To play – விளையாட (viLaiyaata)

Finite Verb forms:

	Past	Present	Future
1s	விளையாடினேன் viLaiyaatinEn	விளையாடுகிறேன் viLaiyaatukiREn	விளையாடுவேன் viLaiyaatuvEn
1p	விளையாடினோம் viLaiyaatinOm	விளையாடுகிறோம் viLaiyaatukiROm	விளையாடுவோம் viLaiyaatuvOm
2s	விளையாடினாய் viLaiyaatinaai	விளையாடுகிறாய் viLaiyaatukiRaai	விளையாடுவாய் viLaiyaatuvaai
2p	விளையாடினீர்கள் viLaiyaatineerkaL	விளையாடுகிறீர்கள் viLaiyaatukiReerkaL	விளையாடுவீர்கள் viLaiyaatuveerkaL
3s.m.	விளையாடினான் viLaiyaatinaan	விளையாடுகிறான் viLaiyaatukiRaan	விளையாடுவான் viLaiyaatuvaan
3s.f.	விளையாடினாள் viLaiyaatinaaL	விளையாடுகிறாள் viLaiyaatukiRaaL	விளையாடுவாள் viLaiyaatuvaaL
3s.n.	விளையாடியது viLaiyaatiyadhu	விளையாடுகிறது viLaiyaatukiRadhu	விளையாடும் viLaiyaatum
3s.h.	விளையாடினார் viLaiyaatinaar	விளையாடுகிறார் viLaiyaatukiRaar	விளையாடுவார் viLaiyaatuvaar
3p. (m/f & h)	விளையாடினார்கள் viLaiyaatinaarkaL	விளையாடுகிறார்கள் viLaiyaatukiRaarkaL	விளையாடுவார்கள் viLaiyaatuvaarkaL
3p.n.	விளையாடின viLaiyaatina	விளையாடுகின்றன viLaiyaatukindrana	விளையாடும் viLaiyaatum

Non-Finite Verb forms:

Adjectival Participle - Affirmative	விளையாடிய viLaiyaatiya
Adjectival Participle - Negative	விளையாடாத viLaiyaataadha
Verbal Participle - Affirmative	விளையாடி viLaiyaati
Verbal Participle - Negative	விளையாடாமல் viLaiyaataamal
Conditional – Affirmative	விளையாடினால் viLaiyaatinaal
Conditional – Negative	விளையாடாவிட்டால் viLaiyaataavittaal
Infinitive	விளையாட viLaiyaata

Immediate	விளையாடியதும் viLaiyaatiyadhum
Concessive of fact	விளையாடியும் viLaiyaatiyum
Concessive of supposition	விளையாடினாலும் viLaiyaatinaalum

Participial forms:

	Past	**Present**	**Future**
3s.m.	விளையாடியவன் viLaiyaatiyavan	விளையாடுகிறவன் viLaiyaatukiRavan	விளையாடுபவன் viLaiyaatupavan
3s.f.	விளையாடியவள் viLaiyaatiyavaL	விளையாடுகிறவள் viLaiyaatukiRavaL	விளையாடுபவள் viLaiyaatupavaL
3s.n.	விளையாடியது viLaiyaatiyadhu	விளையாடுகிறது viLaiyaatukiRadhu	விளையாடுவது viLaiyaatuvadhu
3s.h.	விளையாடியவர் viLaiyaatiyavar	விளையாடுகிறவர் viLaiyaatukiRavar	விளையாடுபவர் viLaiyaatupavar
3p. (m/f. & h)	விளையாடியவர்கள் viLaiyaatiyavarkaL	விளையாடுகிறவர்கள் viLaiyaatukiRavarkaL	விளையாடுபவர்கள் viLaiyaatupavarkaL
3p.n.	விளையாடியவை viLaiyaatiyavai	விளையாடுகிறவை viLaiyaatukiRavai	விளையாடுபவை viLaiyaatupavai

Mood forms:

Imperative (s)	விளையாடு viLaiyaatu
Imperative (p/h)	விளையாடுங்கள் viLaiyaatungaL
Imperative Negative (s)	விளையாடாதே viLaiyaataadhE
Imperative Negative (p/h)	விளையாடாதீர்கள் viLaiyaataadheerkaL
Optative	விளையாடுவீர் viLaiyaatuveer
Permissive	விளையாடட்டும் viLaiyaatattum
Potential	விளையாடலாம் viLaiyaatalaam

65. To put – போட (pOta)

Finite Verb forms:

	Past	Present	Future
1s	போட்டேன் pOttEn	போடுகிறேன் pOtukiREn	போடுவேன் pOtuvEn
1p	போட்டோம் pOttOm	போடுகிறோம் pOtukiROm	போடுவோம் pOtuvOm
2s	போட்டாய் pOttaai	போடுகிறாய் pOtukiRaai	போடுவாய் pOtuvaai
2p	போட்டீர்கள் pOtteerkaL	போடுகிறீர்கள் pOtukiReerkaL	போடுவீர்கள் pOtuveerkaL
3s.m.	போட்டான் pOttaan	போடுகிறான் pOtukiRaan	போடுவான் pOtuvaan
3s.f.	போட்டாள் pOttaaL	போடுகிறாள் pOtukiRaaL	போடுவாள் pOtuvaaL
3s.n.	போட்டது pOttadhu	போடுகிறது pOtukiRadhu	போடும் pOtum
3s.h.	போட்டார் pOttaar	போடுகிறார் pOtukiRaar	போடுவார் pOtuvaar
3p. (m/f & h)	போட்டார்கள் pOttaarkaL	போடுகிறார்கள் pOtukiRaarkaL	போடுவார்கள் pOtuvaarkaL
3p.n.	போட்டன pOttana	போடுகின்றன pOtukindrana	போடும் pOtum

Non-Finite Verb forms:

Adjectival Participle - Affirmative	போட்ட pOtta
Adjectival Participle - Negative	போடாத pOtaadha
Verbal Participle - Affirmative	போட்டு pOttu
Verbal Participle - Negative	போடாமல் pOtaamal
Conditional – Affirmative	போட்டால் pOttaal
Conditional – Negative	போடாவிட்டால் pOtaavittaal
Infinitive	போட pOta

Immediate	போட்டதும் pOttadhum
Concessive of fact	போட்டும் pOttum
Concessive of supposition	போட்டாலும் pOttaalum

Participial forms:

	Past	Present	Future
3s.m.	போட்டவன் pOttavan	போடுகிறவன் pOtukiRavan	போடுபவன் pOtupavan
3s.f.	போட்டவள் pOttavaL	போடுகிறவள் pOtukiRavaL	போடுபவள் pOtupavaL
3s.n.	போட்டது pOttadhu	போடுகிறது pOtukiRadhu	போடுவது pOtuvadhu
3s.h.	போட்டவர் pOttavar	போடுகிறவர் pOtukiRavar	போடுபவர் pOtupavar
3p. (m/f. & h)	போட்டவர்கள் pOttavarkaL	போடுகிறவர்கள் pOtukiRavarkaL	போடுபவர்கள் pOtupavarkaL
3p.n.	போட்டவை pOttavai	போடுகிறவை pOtukiRavai	போடுபவை pOtupavai

Mood forms:

Imperative (s)	போடு pOtu
Imperative (p/h)	போடுங்கள் pOtungaL
Imperative Negative (s)	போடாதே pOtaadhE
Imperative Negative (p/h)	போடாதீர்கள் pOtaadheerkaL
Optative	போடுவீர் pOtuveer
Permissive	போடட்டும் pOtattum
Potential	போடலாம் pOtalaam

66. To read – வாசிக்க (vaasikka)

Finite Verb forms:

	Past	Present	Future
1s	வாசித்தேன் vaasiththEn	வாசிக்கிறேன் vaasikkiREn	வாசிப்பேன் vaasippEn
1p	வாசித்தோம் vaasiththOm	வாசிக்கிறோம் vaasikkiROm	வாசிப்போம் vaasippOm
2s	வாசித்தாய் vaasiththaai	வாசிக்கிறாய் vaasikkiRaai	வாசிப்பாய் vaasippaai
2p	வாசித்தீர்கள் vaasiththeerkaL	வாசிக்கிறீர்கள் vaasikkiReerkaL	வாசிப்பீர்கள் vaasippeerkaL
3s.m.	வாசித்தான் vaasiththaan	வாசிக்கிறான் vaasikkiRaan	வாசிப்பான் vaasippaan
3s.f.	வாசித்தாள் vaasiththaaL	வாசிக்கிறாள் vaasikkiRaaL	வாசிப்பாள் vaasippaaL
3s.n.	வாசித்தது vaasiththadhu	வாசிக்கிறது vaasikkiRadhu	வாசிக்கும் vaasikkum
3s.h.	வாசித்தார் vaasiththaar	வாசிக்கிறார் vaasikkiRaar	வாசிப்பார் vaasippaar
3p. (m/f & h)	வாசித்தார்கள் vaasiththaarkaL	வாசிக்கிறார்கள் vaasikkiRaarkaL	வாசிப்பார்கள் vaasippaarkaL
3p.n.	வாசித்தன vaasiththana	வாசிக்கின்றன vaasikkindrana	வாசிக்கும் vaasikkum

Non-Finite Verb forms:

Adjectival Participle - Affirmative	வாசித்த vaasiththa
Adjectival Participle - Negative	வாசிக்காத vaasikkaadha
Verbal Participle - Affirmative	வாசித்து vaasiththu
Verbal Participle - Negative	வாசிக்காமல் vaasikkaamal
Conditional – Affirmative	வாசித்தால் vaasiththaal
Conditional – Negative	வாசிக்காவிட்டால் vaasikkaavittaal
Infinitive	வாசிக்க vaasikka

Immediate	வாசித்ததும் vaasiththadhum
Concessive of fact	வாசித்தும் vaasiththum
Concessive of supposition	வாசித்தாலும் vaasiththaalum

Participial forms:

	Past	Present	Future
3s.m.	வாசித்தவன் vaasiththavan	வாசிக்கிறவன் vaasikkiRavan	வாசிப்பவன் vaasippavan
3s.f.	வாசித்தவள் vaasiththavaL	வாசிக்கிறவள் vaasikkiRavaL	வாசிப்பவள் vaasippavaL
3s.n.	வாசித்தது vaasiththadhu	வாசிக்கிறது vaasikkiRadhu	வாசிப்பது vaasippadhu
3s.h.	வாசித்தவர் vaasiththavar	வாசிக்கிறவர் vaasikkiRavar	வாசிப்பவர் vaasippavar
3p. (m/f. & h)	வாசித்தவர்கள் vaasiththavarkaL	வாசிக்கிறவர்கள் vaasikkiRavarkaL	வாசிப்பவர்கள் vaasippavarkaL
3p.n.	வாசித்தவை vaasiththavai	வாசிக்கிறவை vaasikkiRavai	வாசிப்பவை vaasippavai

Mood forms:

Imperative (s)	வாசி vaasi
Imperative (p/h)	வாசியுங்கள் vaasiyungaL
Imperative Negative (s)	வாசிக்காதே vaasikkaadhE
Imperative Negative (p/h)	வாசிக்காதீர்கள் vaasikkaadheerkaL
Optative	வாசிப்பீர் vaasippeer
Permissive	வாசிக்கட்டும் vaasikkattum
Potential	வாசிக்கலாம் vaasikkalaam

67. To receive – பெற (peRa)

Finite Verb forms:

	Past	Present	Future
1s	பெற்றென் petren	பெறுகிறேன் peRukiREn	பெறுவேன் peRuvEn
1p	பெற்றோம் petrOm	பெறுகிறோம் peRukiROm	பெறுவோம் peRuvOm
2s	பெற்றாய் petraai	பெறுகிறாய் peRukiRaai	பெறுவாய் peRuvaai
2p	பெற்றீர்கள் petreerkaL	பெறுகிறீர்கள் peRukiReerkaL	பெறுவீர்கள் peRuveerkaL
3s.m.	பெற்றான் petraan	பெறுகிறான் peRukiRaan	பெறுவான் peRuvaan
3s.f.	பெற்றாள் petraaL	பெறுகிறாள் peRukiRaaL	பெறுவாள் peRuvaaL
3s.n.	பெற்றது petradhu	பெறுகிறது peRukiRadhu	பெறும் peRum
3s.h.	பெற்றார் petraar	பெறுகிறார் peRukiRaar	பெறுவார் peRuvaar
3p. (m/f & h)	பெற்றனர்கள் petranarkaL	பெறுகிறார்கள் peRukiRaarkaL	பெறுவார்கள் peRuvaarkaL
3p.n.	பெற்றன petrana	பெறுகின்றன peRukindrana	பெறும் peRum

Non-Finite Verb forms:

Adjectival Participle - Affirmative	பெற்ற petra
Adjectival Participle - Negative	பெறாத peRaadha
Verbal Participle - Affirmative	பெற்று petru
Verbal Participle - Negative	பெறாமல் peRaamal
Conditional – Affirmative	பெற்றால் petraal
Conditional – Negative	பெறாவிட்டால் peRaavittaal
Infinitive	பெற peRa

Immediate	பெற்றதும் petradhum
Concessive of fact	பெற்றும் petrum
Concessive of supposition	பெற்றாலும் petraalum

Participial forms:

	Past	Present	Future
3s.m.	பெற்றவன் petravan	பெறுகிறவன் peRukiRavan	பெறுபவன் peRupavan
3s.f.	பெற்றவள் petravaL	பெறுகிறவள் peRukiRavaL	பெறுபவள் peRupavaL
3s.n.	பெற்றது petradhu	பெறுகிறது peRukiRadhu	பெறுவது peRuvadhu
3s.h.	பெற்றவர் petravar	பெறுகிறவர் peRukiRavar	பெறுபவர் peRupavar
3p. (m/f. & h)	பெற்றவர்கள் petravarkaL	பெறுகிறவர்கள் peRukiRavarkaL	பெறுபவர்கள் peRupavarkaL
3p.n.	பெற்றவை petravai	பெறுகிறவை peRukiRavai	பெறுபவை peRupavai

Mood forms:

Imperative (s)	பெறு peRu
Imperative (p/h)	பெறுங்கள் peRungaL
Imperative Negative (s)	பெறாதே peRaadhE
Imperative Negative (p/h)	பெறாதீர்கள் peRaadheerkaL
Optative	பெறுவீர் peRuveer
Permissive	பெறட்டும் peRattum
Potential	பெறலாம் peRalaam

68. To remember – ஞாபகம் வைத்திருக்க (gnaapakam vaiththirukka)

Finite Verb forms:

	Past	Present	Future
1s	ஞாபகம் வைத்திருந்தேன் gnaapakam vaiththirundhEn	ஞாபகம் வைத்திருக்கிறேன் gnaapakam vaiththirukkiREn	ஞாபகம் வைத்திருப்பேன் gnaapakam vaiththiruppEn
1p	ஞாபகம் வைத்திருந்தோம் gnaapakam vaiththirundhOm	ஞாபகம் வைத்திருக்கிறோம் gnaapakam vaiththirukkiROm	ஞாபகம் வைத்திருப்போம் gnaapakam vaiththiruppOm
2s	ஞாபகம் வைத்திருந்தாய் gnaapakam vaiththirundhaai	ஞாபகம் வைத்திருக்கிறாய் gnaapakam vaiththirukkiRaai	ஞாபகம் வைத்திருப்பாய் gnaapakam vaiththiruppaai
2p	ஞாபகம் வைத்திருந்தீர்கள் gnaapakam vaiththirundheerkaL	ஞாபகம் வைத்திருக்கிறீர்கள் gnaapakam vaiththirukkiReerkaL	ஞாபகம் வைத்திருப்பீர்கள் gnaapakam vaiththiruppeerkaL
3s.m.	ஞாபகம் வைத்திருந்தான் gnaapakam vaiththirundhaan	ஞாபகம் வைத்திருக்கிறான் gnaapakam vaiththirukkiRaan	ஞாபகம் வைத்திருப்பான் gnaapakam vaiththiruppaan
3s.f.	ஞாபகம் வைத்திருந்தாள் gnaapakam vaiththirundhaaL	ஞாபகம் வைத்திருக்கிறாள் gnaapakam vaiththirukkiRaaL	ஞாபகம் வைத்திருப்பாள் gnaapakam vaiththiruppaaL
3s.n.	ஞாபகம் வைத்திருந்தது gnaapakam vaiththirundhadhu	ஞாபகம் வைத்திருக்கிறது gnaapakam vaiththirukkiRadhu	ஞாபகம் வைத்திருக்கும் gnaapakam vaiththirukkum
3s.h.	ஞாபகம் வைத்திருந்தார் gnaapakam vaiththirundhaar	ஞாபகம் வைத்திருக்கிறார் gnaapakam vaiththirukkiRaar	ஞாபகம் வைத்திருப்பார் gnaapakam vaiththiruppaar
3p. (m/f & h)	ஞாபகம் வைத்திருந்தார்கள் gnaapakam vaiththirundhaarkaL	ஞாபகம் வைத்திருக்கிறார்கள் gnaapakam vaiththirukkiRaarkaL	ஞாபகம் வைத்திருப்பார்கள் gnaapakam vaiththiruppaarkaL

3p.n.	ஞாபகம் வைத்திருந்தன gnaapakam vaiththirundhana	ஞாபகம் வைத்திருக்கின்றன gnaapakam vaiththirukkindrana	ஞாபகம் வைத்திருக்கும் gnaapakam vaiththirukkum

Non-Finite Verb forms:

Adjectival Participle - Affirmative	ஞாபகம் வைத்திருந்த gnaapakam vaiththirundha
Adjectival Participle - Negative	ஞாபகம் வைத்திருக்காத gnaapakam vaiththirukkaadha
Verbal Participle - Affirmative	ஞாபகம் வைத்திருந்து gnaapakam vaiththirundhu
Verbal Participle - Negative	ஞாபகம் வைத்திருக்காமல் gnaapakam vaiththirukkaamal
Conditional – Affirmative	ஞாபகம் வைத்திருந்தால் gnaapakam vaiththirundhaal
Conditional – Negative	ஞாபகம் வைத்திருக்காவிட்டால் gnaapakam vaiththirukkaavittaal
Infinitive	ஞாபகம் வைத்திருக்க gnaapakam vaiththirukka
Immediate	ஞாபகம் வைத்திருந்ததும் gnaapakam vaiththirundhadhum
Concessive of fact	ஞாபகம் வைத்திருந்தும் gnaapakam vaiththirundhum
Concessive of supposition	ஞாபகம் வைத்திருந்தாலும் gnaapakam vaiththirundhaalum

Participial forms:

	Past	Present	Future
3s.m.	ஞாபகம் வைத்திருந்தவன் gnaapakam vaiththirundhavan	ஞாபகம் வைத்திருக்கிறவன் gnaapakam vaiththirukkiRavan	ஞாபகம் வைத்திருப்பவன் gnaapakam vaiththiruppavan
3s.f.	ஞாபகம் வைத்திருந்தவள் gnaapakam vaiththirundhavaL	ஞாபகம் வைத்திருக்கிறவள் gnaapakam vaiththirukkiRavaL	ஞாபகம் வைத்திருப்பவள் gnaapakam vaiththiruppavaL
3s.n.	ஞாபகம் வைத்திருந்தது	ஞாபகம் வைத்திருக்கிறது	ஞாபகம் வைத்திருப்பது

	gnaapakam vaiththirundhadhu	gnaapakam vaiththirukkiRadhu	gnaapakam vaiththiruppadhu
3s.h.	ஞாபகம் வைத்திருந்தவர் gnaapakam vaiththirundhavar	ஞாபகம் வைத்திருக்கிறவர் gnaapakam vaiththirukkiRavar	ஞாபகம் வைத்திருப்பவர் gnaapakam vaiththiruppavar
3p. (m/f. & h)	ஞாபகம் வைத்திருந்தவர்கள் gnaapakam vaiththirundhavarkaL	ஞாபகம் வைத்திருக்கிறவர்கள் gnaapakam vaiththirukkiRavarkaL	ஞாபகம் வைத்திருப்பவர்கள் gnaapakam vaiththiruppavarkaL
3p.n.	ஞாபகம் வைத்திருந்தவை gnaapakam vaiththirundhavai	ஞாபகம் வைத்திருக்கிறவை gnaapakam vaiththirukkiRavai	ஞாபகம் வைத்திருப்பவை gnaapakam vaiththiruppavai

Mood forms:

Imperative (s)	ஞாபகம் வைத்திரு gnaapakam vaiththiru
Imperative (p/h)	ஞாபகம் வைத்திருங்கள் gnaapakam vaiththirungaL
Imperative Negative (s)	ஞாபகம் வைத்திருக்காதே gnaapakam vaiththirukkaadhE
Imperative Negative (p/h)	ஞாபகம் வைத்திருக்காதீர்கள் gnaapakam vaiththirukkaadheerkaL
Optative	ஞாபகம் வைத்திருப்பீர் gnaapakam vaiththiruppeer
Permissive	ஞாபகம் வைத்திருக்கட்டும் gnaapakam vaiththirukkattum
Potential	ஞாபகம் வைத்திருக்கலாம் gnaapakam vaiththirukkalaam

69. To repeat – மீண்டும் செய்ய (meeNtum seyya)

Finite Verb forms:

	Past	Present	Future
1s	மீண்டும் செய்தேன் meeNtum seydhEn	மீண்டும் செய்கிறேன் meeNtum seykiREn	மீண்டும் செய்வேன் meeNtum seyvEn
1p	மீண்டும் செய்தோம் meeNtum seydhOm	மீண்டும் செய்கிறோம் meeNtum seykiROm	மீண்டும் செய்வோம் meeNtum seyvOm
2s	மீண்டும் செய்தாய் meeNtum seydhaai	மீண்டும் செய்கிறாய் meeNtum seykiRaai	மீண்டும் செய்வாய் meeNtum seyvaai
2p	மீண்டும் செய்தீர்கள் meeNtum seydheerkaL	மீண்டும் செய்கிறீர்கள் meeNtum seykiReerkaL	மீண்டும் செய்வீர்கள் meeNtum seyveerkaL
3s.m.	மீண்டும் செய்தான் meeNtum seydhaan	மீண்டும் செய்கிறான் meeNtum seykiRaan	மீண்டும் செய்வான் meeNtum seyvaan
3s.f.	மீண்டும் செய்தாள் meeNtum seydhaaL	மீண்டும் செய்கிறாள் meeNtum seykiRaaL	மீண்டும் செய்வாள் meeNtum seyvaaL
3s.n.	மீண்டும் செய்தது meeNtum seydhadhu	மீண்டும் செய்கிறது meeNtum seykiRadhu	மீண்டும் செய்யும் meeNtum seyyum
3s.h.	மீண்டும் செய்தார் meeNtum seydhaar	மீண்டும் செய்கிறார் meeNtum seykiRaar	மீண்டும் செய்வார் meeNtum seyvaar
3p. (m/f & h)	மீண்டும் செய்தார்கள் meeNtum seydhaarkaL	மீண்டும் செய்கிறார்கள் meeNtum seykiRaarkaL	மீண்டும் செய்வார்கள் meeNtum seyvaarkaL
3p.n.	மீண்டும் செய்தன meeNtum seydhana	மீண்டும் செய்கின்றன meeNtum seykindrana	மீண்டும் செய்யும் meeNtum seyyum

Non-Finite Verb forms:

Adjectival Participle - Affirmative	மீண்டும் செய்த meeNtum seydha
Adjectival Participle - Negative	மீண்டும் செய்யாத meeNtum seyyaadha
Verbal Participle - Affirmative	மீண்டும் செய்து meeNtum seydhu
Verbal Participle - Negative	மீண்டும் செய்யாமல் meeNtum seyyaamal
Conditional – Affirmative	மீண்டும் செய்தால் meeNtum seydhaal
Conditional – Negative	மீண்டும் செய்யாவிட்டால் meeNtum seyyaavittaal

Infinitive	மீண்டும் செய்ய meeNtum seyya
Immediate	மீண்டும் செய்ததும் meeNtum seydhadhum
Concessive of fact	மீண்டும் செய்தும் meeNtum seydhum
Concessive of supposition	மீண்டும் செய்தாலும் meeNtum seydhaalum

Participial forms:

	Past	Present	Future
3s.m.	மீண்டும் செய்தவன் meeNtum seydhavan	மீண்டும் செய்கிறவன் meeNtum seykiRavan	மீண்டும் செய்பவன் meeNtum seypavan
3s.f.	மீண்டும் செய்தவள் meeNtum seydhavaL	மீண்டும் செய்கிறவள் meeNtum seykiRavaL	மீண்டும் செய்பவள் meeNtum seypavaL
3s.n.	மீண்டும் செய்தது meeNtum seydhadhu	மீண்டும் செய்கிறது meeNtum seykiRadhu	மீண்டும் செய்வது meeNtum seyvadhu
3s.h.	மீண்டும் செய்தவர் meeNtum seydhavar	மீண்டும் செய்கிறவர் meeNtum seykiRavar	மீண்டும் செய்பவர் meeNtum seypavar
3p. (m/f. & h)	மீண்டும் செய்தவர்கள் meeNtum seydhavarkaL	மீண்டும் செய்கிறவர்கள் meeNtum seykiRavarkaL	மீண்டும் செய்பவர்கள் meeNtum seypavarkaL
3p.n.	மீண்டும் செய்தவை meeNtum seydhavai	மீண்டும் செய்கிறவை meeNtum seykiRavai	மீண்டும் செய்பவை meeNtum seypavai

Mood forms:

Imperative (s)	மீண்டும் செய் meeNtum sey
Imperative (p/h)	மீண்டும் செய்யுங்கள் meeNtum seyyungaL
Imperative Negative (s)	மீண்டும் செய்யாதே meeNtum seyyaadhE
Imperative Negative (p/h)	மீண்டும் செய்யாதீர்கள் meeNtum seyyaadheerkaL
Optative	மீண்டும் செய்வீர் meeNtum seyveer
Permissive	மீண்டும் செய்யட்டும் meeNtum seyyattum
Potential	மீண்டும் செய்யலாம் meeNtum seyyalaam

70. To return – திரும்ப (thirumpa)

Finite Verb forms:

	Past	Present	Future
1s	திரும்பினேன் thirumpinEn	திரும்புகிறேன் thirumpukiREn	திரும்புவேன் thirumpuvEn
1p	திரும்பினோம் thirumpinOm	திரும்புகிறோம் thirumpukiROm	திரும்புவோம் thirumpuvOm
2s	திரும்பினாய் thirumpinaai	திரும்புகிறாய் thirumpukiRaai	திரும்புவாய் thirumpuvaai
2p	திரும்பினீர்கள் thirumpineerkaL	திரும்புகிறீர்கள் thirumpukiReerkaL	திரும்புவீர்கள் thirumpuveerkaL
3s.m.	திரும்பினான் thirumpinaan	திரும்புகிறான் thirumpukiRaan	திரும்புவான் thirumpuvaan
3s.f.	திரும்பினாள் thirumpinaaL	திரும்புகிறாள் thirumpukiRaaL	திரும்புவாள் thirumpuvaaL
3s.n.	திரும்பியது thirumpiyadhu	திரும்புகிறது thirumpukiRadhu	திரும்பும் thirumpum
3s.h.	திரும்பினார் thirumpinaar	திரும்புகிறார் thirumpukiRaar	திரும்புவார் thirumpuvaar
3p. (m/f & h)	திரும்பினார்கள் thirumpinaarkaL	திரும்புகிறார்கள் thirumpukiRaarkaL	திரும்புவார்கள் thirumpuvaarkaL
3p.n.	திரும்பின thirumpina	திரும்புகின்றன thirumpukindrana	திரும்பும் thirumpum

Non-Finite Verb forms:

Adjectival Participle - Affirmative	திரும்பிய thirumpiya
Adjectival Participle - Negative	திரும்பாத thirumpaadha
Verbal Participle - Affirmative	திரும்பி thirumpi
Verbal Participle - Negative	திரும்பாமல் thirumpaamal
Conditional – Affirmative	திரும்பினால் thirumpinaal
Conditional – Negative	திரும்பாவிட்டால் thirumpaavittaal
Infinitive	திரும்ப thirumpa

Immediate	திரும்பியதும் thirumpiyadhum
Concessive of fact	திரும்பியும் thirumpiyum
Concessive of supposition	திரும்பினாலும் thirumpinaalum

Participial forms:

	Past	Present	Future
3s.m.	திரும்பியவன் thirumpiyavan	திரும்புகிறவன் thirumpukiRavan	திரும்புபவன் thirumpupavan
3s.f.	திரும்பியவள் thirumpiyavaL	திரும்புகிறவள் thirumpukiRavaL	திரும்புபவள் thirumpupavaL
3s.n.	திரும்பியது thirumpiyadhu	திரும்புகிறது thirumpukiRadhu	திரும்புவது thirumpuvadhu
3s.h.	திரும்பியவர் thirumpiyavar	திரும்புகிறவர் thirumpukiRavar	திரும்புபவர் thirumpupavar
3p. (m/f. & h)	திரும்பியவர்கள் thirumpiyavarkaL	திரும்புகிறவர்கள் thirumpukiRavarkaL	திரும்புபவர்கள் thirumpupavarkaL
3p.n.	திரும்பியவை thirumpiyavai	திரும்புகிறவை thirumpukiRavai	திரும்புபவை thirumpupavai

Mood forms:

Imperative (s)	திரும்பு thirumpu
Imperative (p/h)	திரும்புங்கள் thirumpungaL
Imperative Negative (s)	திரும்பாதே thirumpaadhE
Imperative Negative (p/h)	திரும்பாதீர்கள் thirumpaadheerkaL
Optative	திரும்புவீர் thirumpuveer
Permissive	திரும்பட்டும் thirumpattum
Potential	திரும்பலாம் thirumpalaam

71. To run – ஓட (Ota)

Finite Verb forms:

	Past	Present	Future
1s	ஓடினேன் OtinEn	ஓடுகிறேன் OtukiREn	ஓடுவேன் OtuvEn
1p	ஓடினோம் OtinOm	ஓடுகிறோம் OtukiROm	ஓடுவோம் OtuvOm
2s	ஓடினாய் Otinaai	ஓடுகிறாய் OtukiRaai	ஓடுவாய் Otuvaai
2p	ஓடினீர்கள் OtineerkaL	ஓடுகிறீர்கள் OtukiReerkaL	ஓடுவீர்கள் OtuveerkaL
3s.m.	ஓடினான் Otinaan	ஓடுகிறான் OtukiRaan	ஓடுவான் Otuvaan
3s.f.	ஓடினாள் OtinaaL	ஓடுகிறாள் OtukiRaaL	ஓடுவாள் OtuvaaL
3s.n.	ஓடியது Otiyadhu	ஓடுகிறது OtukiRadhu	ஓடும் Otum
3s.h.	ஓடினார் Otinaar	ஓடுகிறார் OtukiRaar	ஓடுவார் Otuvaar
3p. (m/f & h)	ஓடினார்கள் OtinaarkaL	ஓடுகிறார்கள் OtukiRaarkaL	ஓடுவார்கள் OtuvaarkaL
3p.n.	ஓடின Otina	ஓடுகின்றன Otukindrana	ஓடும் Otum

Non-Finite Verb forms:

Adjectival Participle - Affirmative	ஓடிய Otiya
Adjectival Participle - Negative	ஓடாத Otaadha
Verbal Participle - Affirmative	ஓடி Oti
Verbal Participle - Negative	ஓடாமல் Otaamal
Conditional – Affirmative	ஓடினால் Otinaal
Conditional – Negative	ஓடாவிட்டால் Otaavittaal
Infinitive	ஓட Ota

Immediate	ஓடியதும் Otiyadhum
Concessive of fact	ஓடியும் Otiyum
Concessive of supposition	ஓடினாலும் Otinaalum

Participial forms:

	Past	Present	Future
3s.m.	ஓடியவன் Otiyavan	ஓடுகிறவன் OtukiRavan	ஓடுபவன் Otupavan
3s.f.	ஓடியவள் OtiyavaL	ஓடுகிறவள் OtukiRavaL	ஓடுபவள் OtupavaL
3s.n.	ஓடியது Otiyadhu	ஓடுகிறது OtukiRadhu	ஓடுவது Otuvadhu
3s.h.	ஓடியவர் Otiyavar	ஓடுகிறவர் OtukiRavar	ஓடுபவர் Otupavar
3p. (m/f. & h)	ஓடியவர்கள் OtiyavarkaL	ஓடுகிறவர்கள் OtukiRavarkaL	ஓடுபவர்கள் OtupavarkaL
3p.n.	ஓடியவை Otiyavai	ஓடுகிறவை OtukiRavai	ஓடுபவை Otupavai

Mood forms:

Imperative (s)	ஓடு Otu
Imperative (p/h)	ஓடுங்கள் OtungaL
Imperative Negative (s)	ஓடாதே OtaadhE
Imperative Negative (p/h)	ஓடாதீர்கள் OtaadheerkaL
Optative	ஓடுவீர் Otuveer
Permissive	ஓடட்டும் Otattum
Potential	ஓடலாம் Otalaam

72. To say – கூற (kooRa)

Finite Verb forms:

	Past	Present	Future
1s	கூறினேன் kooRinEn	கூறுகிறேன் kooRukiREn	கூறுவேன் kooRuvEn
1p	கூறினோம் kooRinOm	கூறுகிறோம் kooRukiROm	கூறுவோம் kooRuvOm
2s	கூறினாய் kooRinaai	கூறுகிறாய் kooRukiRaai	கூறுவாய் kooRuvaai
2p	கூறினீர்கள் kooRineerkaL	கூறுகிறீர்கள் kooRukiReerkaL	கூறுவீர்கள் kooRuveerkaL
3s.m.	கூறினான் kooRinaan	கூறுகிறான் kooRukiRaan	கூறுவான் kooRuvaan
3s.f.	கூறினாள் kooRinaaL	கூறுகிறாள் kooRukiRaaL	கூறுவாள் kooRuvaaL
3s.n.	கூறியது kooRiyadhu	கூறுகிறது kooRukiRadhu	கூறும் kooRum
3s.h.	கூறினார் kooRinaar	கூறுகிறார் kooRukiRaar	கூறுவார் kooRuvaar
3p. (m/f & h)	கூறினார்கள் kooRinaarkaL	கூறுகிறார்கள் kooRukiRaarkaL	கூறுவார்கள் kooRuvaarkaL
3p.n.	கூறின kooRina	கூறுகின்றன kooRukindrana	கூறும் kooRum

Non-Finite Verb forms:

Adjectival Participle - Affirmative	கூறிய kooRiya
Adjectival Participle - Negative	கூறாத kooRaadha
Verbal Participle - Affirmative	கூறி kooRi
Verbal Participle - Negative	கூறாமல் kooRaamal
Conditional – Affirmative	கூறினால் kooRinaal
Conditional – Negative	கூறாவிட்டால் kooRaavittaal
Infinitive	கூற kooRa

Immediate	கூறியதும் kooRiyadhum
Concessive of fact	கூறியும் kooRiyum
Concessive of supposition	கூறினாலும் kooRinaalum

Participial forms:

	Past	Present	Future
3s.m.	கூறியவன் kooRiyavan	கூறுகிறவன் kooRukiRavan	கூறுபவன் kooRupavan
3s.f.	கூறியவள் kooRiyavaL	கூறுகிறவள் kooRukiRavaL	கூறுபவள் kooRupavaL
3s.n.	கூறியது kooRiyadhu	கூறுகிறது kooRukiRadhu	கூறுவது kooRuvadhu
3s.h.	கூறியவர் kooRiyavar	கூறுகிறவர் kooRukiRavar	கூறுபவர் kooRupavar
3p. (m/f. & h)	கூறியவர்கள் kooRiyavarkaL	கூறுகிறவர்கள் kooRukiRavarkaL	கூறுபவர்கள் kooRupavarkaL
3p.n.	கூறியவை kooRiyavai	கூறுகிறவை kooRukiRavai	கூறுபவை kooRupavai

Mood forms:

Imperative (s)	கூறு kooRu
Imperative (p/h)	கூறுங்கள் kooRungaL
Imperative Negative (s)	கூறாதே kooRaadhE
Imperative Negative (p/h)	கூறாதீர்கள் kooRaadheerkaL
Optative	கூறுவீர் kooRuveer
Permissive	கூறட்டும் kooRattum
Potential	கூறலாம் kooRalaam

73. To scream – அலற (alaRa)

Finite Verb forms:

	Past	Present	Future
1s	அலறினேன் alaRinEn	அலறுகிறேன் alaRukiREn	அலறுவேன் alaRuvEn
1p	அலறினோம் alaRinOm	அலறுகிறோம் alaRukiROm	அலறுவோம் alaRuvOm
2s	அலறினாய் alaRinaai	அலறுகிறாய் alaRukiRaai	அலறுவாய் alaRuvaai
2p	அலறினீர்கள் alaRineerkaL	அலறுகிறீர்கள் alaRukiReerkaL	அலறுவீர்கள் alaRuveerkaL
3s.m.	அலறினான் alaRinaan	அலறுகிறான் alaRukiRaan	அலறுவான் alaRuvaan
3s.f.	அலறினாள் alaRinaaL	அலறுகிறாள் alaRukiRaaL	அலறுவாள் alaRuvaaL
3s.n.	அலறியது alaRiyadhu	அலறுகிறது alaRukiRadhu	அலறும் alaRum
3s.h.	அலறினார் alaRinaar	அலறுகிறார் alaRukiRaar	அலறுவார் alaRuvaar
3p. (m/f & h)	அலறினார்கள் alaRinaarkaL	அலறுகிறார்கள் alaRukiRaarkaL	அலறுவார்கள் alaRuvaarkaL
3p.n.	அலறின alaRina	அலறுகின்றன alaRukindrana	அலறும் alaRum

Non-Finite Verb forms:

Adjectival Participle - Affirmative	அலறிய alaRiya
Adjectival Participle - Negative	அலறாத alaRaadha
Verbal Participle - Affirmative	அலறி alaRi
Verbal Participle - Negative	அலறாமல் alaRaamal
Conditional – Affirmative	அலறினால் alaRinaal
Conditional – Negative	அலறாவிட்டால் alaRaavittaal
Infinitive	அலற alaRa

Immediate	அலறியதும் alaRiyadhum
Concessive of fact	அலறியும் alaRiyum
Concessive of supposition	அலறினாலும் alaRinaalum

Participial forms:

	Past	Present	Future
3s.m.	அலறியவன் alaRiyavan	அலறுகிறவன் alaRukiRavan	அலறுபவன் alaRupavan
3s.f.	அலறியவள் alaRiyavaL	அலறுகிறவள் alaRukiRavaL	அலறுபவள் alaRupavaL
3s.n.	அலறியது alaRiyadhu	அலறுகிறது alaRukiRadhu	அலறுவது alaRuvadhu
3s.h.	அலறியவர் alaRiyavar	அலறுகிறவர் alaRukiRavar	அலறுபவர் alaRupavar
3p. (m/f. & h)	அலறியவர்கள் alaRiyavarkaL	அலறுகிறவர்கள் alaRukiRavarkaL	அலறுபவர்கள் alaRupavarkaL
3p.n.	அலறியவை alaRiyavai	அலறுகிறவை alaRukiRavai	அலறுபவை alaRupavai

Mood forms:

Imperative (s)	அலறு alaRu
Imperative (p/h)	அலறுங்கள் alaRungaL
Imperative Negative (s)	அலறாதே alaRaadhE
Imperative Negative (p/h)	அலறாதீர்கள் alaRaadheerkaL
Optative	அலறுவீர் alaRuveer
Permissive	அலறட்டும் alaRattum
Potential	அலறலாம் alaRalaam

74. To see – பார்க்க (paarkka)

Finite Verb forms:

	Past	Present	Future
1s	பார்த்தேன் paarththEn	பார்க்கிறேன் paarkkiREn	பார்ப்பேன் paarppEn
1p	பார்த்தோம் paarththOm	பார்க்கிறோம் paarkkiROm	பார்ப்போம் paarppOm
2s	பார்த்தாய் paarththaai	பார்க்கிறாய் paarkkiRaai	பார்ப்பாய் paarppaai
2p	பார்த்தீர்கள் paarththeerkaL	பார்க்கிறீர்கள் paarkkiReerkaL	பார்ப்பீர்கள் paarppeerkaL
3s.m.	பார்த்தான் paarththaan	பார்க்கிறான் paarkkiRaan	பார்ப்பான் paarppaan
3s.f.	பார்த்தாள் paarththaaL	பார்க்கிறாள் paarkkiRaaL	பார்ப்பாள் paarppaaL
3s.n.	பார்த்தது paarththadhu	பார்க்கிறது paarkkiRadhu	பார்க்கும் paarkkum
3s.h.	பார்த்தார் paarththaar	பார்க்கிறார் paarkkiRaar	பார்ப்பார் paarppaar
3p. (m/f & h)	பார்த்தார்கள் paarththaarkaL	பார்க்கிறார்கள் paarkkiRaarkaL	பார்ப்பார்கள் paarppaarkaL
3p.n.	பார்த்தன paarththana	பார்க்கின்றன paarkkindrana	பார்க்கும் paarkkum

Non-Finite Verb forms:

Adjectival Participle - Affirmative	பார்த்த paarththa
Adjectival Participle - Negative	பார்க்காத paarkkaadha
Verbal Participle - Affirmative	பார்த்து paarththu
Verbal Participle - Negative	பார்க்காமல் paarkkaamal
Conditional – Affirmative	பார்த்தால் paarththaal
Conditional – Negative	பார்க்காவிட்டால் paarkkaavittaal
Infinitive	பார்க்க paarkka

Immediate	பார்த்ததும் paarththadhum
Concessive of fact	பார்த்தும் paarththum
Concessive of supposition	பார்த்தாலும் paarththaalum

Participial forms:

	Past	Present	Future
3s.m.	பார்த்தவன் paarththavan	பார்க்கிறவன் paarkkiRavan	பார்ப்பவன் paarppavan
3s.f.	பார்த்தவள் paarththavaL	பார்க்கிறவள் paarkkiRavaL	பார்ப்பவள் paarppavaL
3s.n.	பார்த்தது paarththadhu	பார்க்கிறது paarkkiRadhu	பார்ப்பது paarppadhu
3s.h.	பார்த்தவர் paarththavar	பார்க்கிறவர் paarkkiRavar	பார்ப்பவர் paarppavar
3p. (m/f. & h)	பார்த்தவர்கள் paarththavarkaL	பார்க்கிறவர்கள் paarkkiRavarkaL	பார்ப்பவர்கள் paarppavarkaL
3p.n.	பார்த்தவை paarththavai	பார்க்கிறவை paarkkiRavai	பார்ப்பவை paarppavai

Mood forms:

Imperative (s)	பார் paar
Imperative (p/h)	பாருங்கள் paarungaL
Imperative Negative (s)	பார்க்காதே paarkkaadhE
Imperative Negative (p/h)	பார்க்காதீர்கள் paarkkaadheerkaL
Optative	பார்ப்பீர் paarppeer
Permissive	பார்க்கட்டும் paarkkattum
Potential	பார்க்கலாம் paarkkalaam

75. To seem – தெரிய (theriya)

Finite Verb forms:

	Past	Present	Future
1s	தெரிந்தேன் therindhEn	தெரிகிறேன் therikiREn	தெரிவேன் therivEn
1p	தெரிந்தோம் therindhOm	தெரிகிறோம் therikiROm	தெரிவோம் therivOm
2s	தெரிந்தாய் therindhaai	தெரிகிறாய் therikiRaai	தெரிவாய் therivaai
2p	தெரிந்தீர்கள் therindheerkaL	தெரிகிறீர்கள் therikiReerkaL	தெரிவீர்கள் theriveerkaL
3s.m.	தெரிந்தான் therindhaan	தெரிகிறான் therikiRaan	தெரிவான் therivaan
3s.f.	தெரிந்தாள் therindhaaL	தெரிகிறாள் therikiRaaL	தெரிவாள் therivaaL
3s.n.	தெரிந்தது therindhadhu	தெரிகிறது therikiRadhu	தெரியும் theriyum
3s.h.	தெரிந்தார் therindhaar	தெரிகிறார் therikiRaar	தெரிவார் therivaar
3p. (m/f & h)	தெரிந்தார்கள் therindhaarkaL	தெரிகிறார்கள் therikiRaarkaL	தெரிவார்கள் therivaarkaL
3p.n.	தெரிந்தன therindhana	தெரிகின்றன therikindrana	தெரியும் theriyum

Non-Finite Verb forms:

Adjectival Participle - Affirmative	தெரிந்த therindha
Adjectival Participle - Negative	தெரியாத theriyaadha
Verbal Participle - Affirmative	தெரிந்து therindhu
Verbal Participle - Negative	தெரியாமல் theriyaamal
Conditional – Affirmative	தெரிந்தால் therindhaal
Conditional – Negative	தெரியாவிட்டால் theriyaavittaal
Infinitive	தெரிய theriya

Immediate	தெரிந்ததும் therindhadhum
Concessive of fact	தெரிந்தும் therindhum
Concessive of supposition	தெரிந்தாலும் therindhaalum

Participial forms:

	Past	Present	Future
3s.m.	தெரிந்தவன் therindhavan	தெரிகிறவன் therikiRavan	தெரிபவன் theripavan
3s.f.	தெரிந்தவள் therindhavaL	தெரிகிறவள் therikiRavaL	தெரிபவள் theripavaL
3s.n.	தெரிந்தது therindhadhu	தெரிகிறது therikiRadhu	தெரிவது therivadhu
3s.h.	தெரிந்தவர் therindhavar	தெரிகிறவர் therikiRavar	தெரிபவர் theripavar
3p. (m/f. & h)	தெரிந்தவர்கள் therindhavarkaL	தெரிகிறவர்கள் therikiRavarkaL	தெரிபவர்கள் theripavarkaL
3p.n.	தெரிந்தவை therindhavai	தெரிகிறவை therikiRavai	தெரிபவை theripavai

Mood forms:

Imperative (s)	தெரி theri
Imperative (p/h)	தெரியுங்கள் theriyungaL
Imperative Negative (s)	தெரியாதே theriyaadhE
Imperative Negative (p/h)	தெரியாதீர்கள் theriyaadheerkaL
Optative	தெரிவீர் theriveer
Permissive	தெரியட்டும் theriyattum
Potential	தெரியலாம் theriyalaam

76. To sell – விற்க (viRka)

Finite Verb forms:

	Past	Present	Future
1s	விற்றேன் vitrEn	விற்கிறேன் viRkiREn	விற்பேன் viRpEn
1p	விற்றோம் vitrOm	விற்கிறோம் viRkiROm	விற்போம் viRpOm
2s	விற்றாய் vitraai	விற்கிறாய் viRkiRaai	விற்பாய் viRpaai
2p	விற்றீர்கள் vitreerkaL	விற்கிறீர்கள் viRkiReerkaL	விற்பீர்கள் viRpeerkaL
3s.m.	விற்றான் vitraan	விற்கிறான் viRkiRaan	விற்பான் viRpaan
3s.f.	விற்றாள் vitraaL	விற்கிறாள் viRkiRaaL	விற்பாள் viRpaaL
3s.n.	விற்றது vitradhu	விற்கிறது viRkiRadhu	விற்கும் viRkum
3s.h.	விற்றார் vitraar	விற்கிறார் viRkiRaar	விற்பார் viRpaar
3p. (m/f & h)	விற்றார்கள் vitraarkaL	விற்கிறார்கள் viRkiRaarkaL	விற்பார்கள் viRpaarkaL
3p.n.	விற்றன vitrana	விற்கின்றன viRkindrana	விற்கும் viRkum

Non-Finite Verb forms:

Adjectival Participle - Affirmative	விற்ற vitra
Adjectival Participle - Negative	விற்காத viRkaadha
Verbal Participle - Affirmative	விற்று vitru
Verbal Participle - Negative	விற்காமல் viRkaamal
Conditional – Affirmative	விற்றால் vitraal
Conditional – Negative	விற்காவிட்டால் viRkaavittaal
Infinitive	விற்க viRka

Immediate	விற்றதும் vitradhum
Concessive of fact	விற்றும் vitrum
Concessive of supposition	விற்றாலும் vitraalum

Participial forms:

	Past	Present	Future
3s.m.	விற்றவன் vitravan	விற்கிறவன் viRkiRavan	விற்பவன் viRpavan
3s.f.	விற்றவள் vitravaL	விற்கிறவள் viRkiRavaL	விற்பவள் viRpavaL
3s.n.	விற்றது vitradhu	விற்கிறது viRkiRadhu	விற்பது viRpadhu
3s.h.	விற்றவர் vitravar	விற்கிறவர் viRkiRavar	விற்பவர் viRpavar
3p. (m/f. & h)	விற்றவர்கள் vitravarkaL	விற்கிறவர்கள் viRkiRavarkaL	விற்பவர்கள் viRpavarkaL
3p.n.	விற்றவை vitravai	விற்கிறவை viRkiRavai	விற்பவை viRpavai

Mood forms:

Imperative (s)	விற்றுவிடு vitruvitu
Imperative (p/h)	விற்றுவிடுங்கள் vitruvitungaL
Imperative Negative (s)	விற்காதே viRkaadhE
Imperative Negative (p/h)	விற்காதீர்கள் viRkaadheerkaL
Optative	விற்பீர் viRpeer
Permissive	விற்கட்டும் viRkattum
Potential	விற்கலாம் viRkalaam

77. To send – அனுப்ப (anuppa)

Finite Verb forms:

	Past	Present	Future
1s	அனுப்பினேன் anuppinEn	அனுப்புகிறேன் anuppukiREn	அனுப்புவேன் anuppuvEn
1p	அனுப்பினோம் anuppinOm	அனுப்புகிறோம் anuppukiROm	அனுப்புவோம் anuppuvOm
2s	அனுப்பினாய் anuppinaai	அனுப்புகிறாய் anuppukiRaai	அனுப்புவாய் anuppuvaai
2p	அனுப்பினீர்கள் anuppineerkaL	அனுப்புகிறீர்கள் anuppukiReerkaL	அனுப்புவீர்கள் anuppuveerkaL
3s.m.	அனுப்பினான் anuppinaan	அனுப்புகிறான் anuppukiRaan	அனுப்புவான் anuppuvaan
3s.f.	அனுப்பினாள் anuppinaaL	அனுப்புகிறாள் anuppukiRaaL	அனுப்புவாள் anuppuvaaL
3s.n.	அனுப்பியது anuppiyadhu	அனுப்புகிறது anuppukiRadhu	அனுப்பும் anuppum
3s.h.	அனுப்பினார் anuppinaar	அனுப்புகிறார் anuppukiRaar	அனுப்புவார் anuppuvaar
3p. (m/f & h)	அனுப்பினார்கள் anuppinaarkaL	அனுப்புகிறார்கள் anuppukiRaarkaL	அனுப்புவார்கள் anuppuvaarkaL
3p.n.	அனுப்பின anuppina	அனுப்புகின்றன anuppukindrana	அனுப்பும் anuppum

Non-Finite Verb forms:

Adjectival Participle - Affirmative	அனுப்பிய anuppiya
Adjectival Participle - Negative	அனுப்பாத anuppaadha
Verbal Participle - Affirmative	அனுப்பி anuppi
Verbal Participle - Negative	அனுப்பாமல் anuppaamal
Conditional – Affirmative	அனுப்பினால் anuppinaal
Conditional – Negative	அனுப்பாவிட்டால் anuppaavittaal
Infinitive	அனுப்ப anuppa

Immediate	அனுப்பியதும் anuppiyadhum
Concessive of fact	அனுப்பியும் anuppiyum
Concessive of supposition	அனுப்பினாலும் anuppinaalum

Participial forms:

	Past	Present	Future
3s.m.	அனுப்பியவன் anuppiyavan	அனுப்புகிறவன் anuppukiRavan	அனுப்புபவன் anuppupavan
3s.f.	அனுப்பியவள் anuppiyavaL	அனுப்புகிறவள் anuppukiRavaL	அனுப்புபவள் anuppupavaL
3s.n.	அனுப்பியது anuppiyadhu	அனுப்புகிறது anuppukiRadhu	அனுப்புவது anuppuvadhu
3s.h.	அனுப்பியவர் anuppiyavar	அனுப்புகிறவர் anuppukiRavar	அனுப்புபவர் anuppupavar
3p. (m/f. & h)	அனுப்பியவர்கள் anuppiyavarkaL	அனுப்புகிறவர்கள் anuppukiRavarkaL	அனுப்புபவர்கள் anuppupavarkaL
3p.n.	அனுப்பியவை anuppiyavai	அனுப்புகிறவை anuppukiRavai	அனுப்புபவை anuppupavai

Mood forms:

Imperative (s)	அனுப்பு anuppu
Imperative (p/h)	அனுப்புங்கள் anuppungaL
Imperative Negative (s)	அனுப்பாதே anuppaadhE
Imperative Negative (p/h)	அனுப்பாதீர்கள் anuppaadheerkaL
Optative	அனுப்புவீர் anuppuveer
Permissive	அனுப்பட்டும் anuppattum
Potential	அனுப்பலாம் anuppalaam

78. To show – காட்ட (kaatta)

Finite Verb forms:

	Past	Present	Future
1s	காட்டினேன் kaattinEn	காட்டுகிறேன் kaattukiREn	காட்டுவேன் kaattuvEn
1p	காட்டினோம் kaattinOm	காட்டுகிறோம் kaattukiROm	காட்டுவோம் kaattuvOm
2s	காட்டினாய் kaattinaai	காட்டுகிறாய் kaattukiRaai	காட்டுவாய் kaattuvaai
2p	காட்டினீர்கள் kaattineerkaL	காட்டுகிறீர்கள் kaattukiReerkaL	காட்டுவீர்கள் kaattuveerkaL
3s.m.	காட்டினான் kaattinaan	காட்டுகிறான் kaattukiRaan	காட்டுவான் kaattuvaan
3s.f.	காட்டினாள் kaattinaaL	காட்டுகிறாள் kaattukiRaaL	காட்டுவாள் kaattuvaaL
3s.n.	காட்டியது kaattiyadhu	காட்டுகிறது kaattukiRadhu	காட்டும் kaattum
3s.h.	காட்டினார் kaattinaar	காட்டுகிறார் kaattukiRaar	காட்டுவார் kaattuvaar
3p. (m/f & h)	காட்டினார்கள் kaattinaarkaL	காட்டுகிறார்கள் kaattukiRaarkaL	காட்டுவார்கள் kaattuvaarkaL
3p.n.	காட்டின kaattina	காட்டுகின்றன kaattukindrana	காட்டும் kaattum

Non-Finite Verb forms:

Adjectival Participle - Affirmative	காட்டிய kaattiya
Adjectival Participle - Negative	காட்டாத kaattaadha
Verbal Participle - Affirmative	காட்டி kaatti
Verbal Participle - Negative	காட்டாமல் kaattaamal
Conditional – Affirmative	காட்டினால் kaattinaal
Conditional – Negative	காட்டாவிட்டால் kaattaavittaal
Infinitive	காட்ட kaatta

Immediate	காட்டியதும் kaattiyadhum
Concessive of fact	காட்டியும் kaattiyum
Concessive of supposition	காட்டினாலும் kaattinaalum

Participial forms:

	Past	Present	Future
3s.m.	காட்டியவன் kaattiyavan	காட்டுகிறவன் kaattukiRavan	காட்டுபவன் kaattupavan
3s.f.	காட்டியவள் kaattiyavaL	காட்டுகிறவள் kaattukiRavaL	காட்டுபவள் kaattupavaL
3s.n.	காட்டியது kaattiyadhu	காட்டுகிறது kaattukiRadhu	காட்டுவது kaattuvadhu
3s.h.	காட்டியவர் kaattiyavar	காட்டுகிறவர் kaattukiRavar	காட்டுபவர் kaattupavar
3p. (m/f. & h)	காட்டியவர்கள் kaattiyavarkaL	காட்டுகிறவர்கள் kaattukiRavarkaL	காட்டுபவர்கள் kaattupavarkaL
3p.n.	காட்டியவை kaattiyavai	காட்டுகிறவை kaattukiRavai	காட்டுபவை kaattupavai

Mood forms:

Imperative (s)	காட்டு kaattu
Imperative (p/h)	காட்டுங்கள் kaattungaL
Imperative Negative (s)	காட்டாதே kaattaadhE
Imperative Negative (p/h)	காட்டாதீர்கள் kaattaadheerkaL
Optative	காட்டுவீர் kaattuveer
Permissive	காட்டட்டும் kaattattum
Potential	காட்டலாம் kaattalaam

79. To sing – பாட (paata)

Finite Verb forms:

	Past	Present	Future
1s	பாடினேன் paatinEn	பாடுகிறேன் paatukiREn	பாடுவேன் paatuvEn
1p	பாடினோம் paatinOm	பாடுகிறோம் paatukiROm	பாடுவோம் paatuvOm
2s	பாடினாய் paatinaai	பாடுகிறாய் paatukiRaai	பாடுவாய் paatuvaai
2p	பாடினீர்கள் paatineerkaL	பாடுகிறீர்கள் paatukiReerkaL	பாடுவீர்கள் paatuveerkaL
3s.m.	பாடினான் paatinaan	பாடுகிறான் paatukiRaan	பாடுவான் paatuvaan
3s.f.	பாடினாள் paatinaaL	பாடுகிறாள் paatukiRaaL	பாடுவாள் paatuvaaL
3s.n.	பாடியது paatiyadhu	பாடுகிறது paatukiRadhu	பாடும் paatum
3s.h.	பாடினார் paatinaar	பாடுகிறார் paatukiRaar	பாடுவார் paatuvaar
3p. (m/f & h)	பாடினார்கள் paatinaarkaL	பாடுகிறார்கள் paatukiRaarkaL	பாடுவார்கள் paatuvaarkaL
3p.n.	பாடின paatina	பாடுகின்றன paatukindrana	பாடும் paatum

Non-Finite Verb forms:

Adjectival Participle - Affirmative	பாடிய paatiya
Adjectival Participle - Negative	பாடாத paataadha
Verbal Participle - Affirmative	பாடி paati
Verbal Participle - Negative	பாடாமல் paataamal
Conditional – Affirmative	பாடினால் paatinaal
Conditional – Negative	பாடாவிட்டால் paataavittaal
Infinitive	பாட paata

175

Immediate	பாடியதும் paatiyadhum
Concessive of fact	பாடியும் paatiyum
Concessive of supposition	பாடினாலும் paatinaalum

Participial forms:

	Past	Present	Future
3s.m.	பாடியவன் paatiyavan	பாடுகிறவன் paatukiRavan	பாடுபவன் paatupavan
3s.f.	பாடியவள் paatiyavaL	பாடுகிறவள் paatukiRavaL	பாடுபவள் paatupavaL
3s.n.	பாடியது paatiyadhu	பாடுகிறது paatukiRadhu	பாடுவது paatuvadhu
3s.h.	பாடியவர் paatiyavar	பாடுகிறவர் paatukiRavar	பாடுபவர் paatupavar
3p. (m/f. & h)	பாடியவர்கள் paatiyavarkaL	பாடுகிறவர்கள் paatukiRavarkaL	பாடுபவர்கள் paatupavarkaL
3p.n.	பாடியவை paatiyavai	பாடுகிறவை paatukiRavai	பாடுபவை paatupavai

Mood forms:

Imperative (s)	பாடு paatu
Imperative (p/h)	பாடுங்கள் paatungaL
Imperative Negative (s)	பாடாதே paataadhE
Imperative Negative (p/h)	பாடாதீர்கள் paataadheerkaL
Optative	பாடுவீர் paatuveer
Permissive	பாடட்டும் paatattum
Potential	பாடலாம் paatalaam

80. To sit down – உட்கார (utkaara)

Finite Verb forms:

	Past	Present	Future
1s	உட்கார்ந்தேன் utkaarndhEn	உட்காருகிறேன் utkaarukiREn	உட்காருவேன் utkaaruvEn
1p	உட்கார்ந்தோம் utkaarndhOm	உட்காருகிறோம் utkaarukiROm	உட்காருவோம் utkaaruvOm
2s	உட்கார்ந்தாய் utkaarndhaai	உட்காருகிறாய் utkaarukiRaai	உட்காருவாய் utkaaruvaai
2p	உட்கார்ந்தீர்கள் utkaarndheerkaL	உட்காருகிறீர்கள் utkaarukiReerkaL	உட்காருவீர்கள் utkaaruveerkaL
3s.m.	உட்கார்ந்தான் utkaarndhaan	உட்காருகிறான் utkaarukiRaan	உட்காருவான் utkaaruvaan
3s.f.	உட்கார்ந்தாள் utkaarndhaaL	உட்காருகிறாள் utkaarukiRaaL	உட்காருவாள் utkaaruvaaL
3s.n.	உட்கார்ந்தது utkaarndhadhu	உட்காருகிறது utkaarukiRadhu	உட்காரும் utkaarum
3s.h.	உட்கார்ந்தார் utkaarndhaar	உட்காருகிறார் utkaarukiRaar	உட்காருவார் utkaaruvaar
3p. (m/f & h)	உட்கார்ந்தார்கள் utkaarndhaarkaL	உட்காருகிறார்கள் utkaarukiRaarkaL	உட்காருவார்கள் utkaaruvaarkaL
3p.n.	உட்கார்ந்தன utkaarndhana	உட்காருகின்றன utkaarukindrana	உட்காரும் utkaarum

Non-Finite Verb forms:

Adjectival Participle - Affirmative	உட்கார்ந்த utkaarndha
Adjectival Participle - Negative	உட்காராத utkaaraadha
Verbal Participle - Affirmative	உட்கார்ந்து utkaarndhu
Verbal Participle - Negative	உட்காராமல் utkaaraamal
Conditional – Affirmative	உட்கார்ந்தால் utkaarndhaal
Conditional – Negative	உட்காராவிட்டால் utkaaraavittaal
Infinitive	உட்கார utkaara

Immediate	உட்கார்ந்ததும் utkaarndhadhum
Concessive of fact	உட்கார்ந்தும் utkaarndhum
Concessive of supposition	உட்கார்ந்தாலும் utkaarndhaalum

Participial forms:

	Past	Present	Future
3s.m.	உட்கார்ந்தவன் utkaarndhavan	உட்காருகிறவன் utkaarukiRavan	உட்காருபவன் utkaarupavan
3s.f.	உட்கார்ந்தவள் utkaarndhavaL	உட்காருகிறவள் utkaarukiRavaL	உட்காருபவள் utkaarupavaL
3s.n.	உட்கார்ந்தது utkaarndhadhu	உட்காருகிறது utkaarukiRadhu	உட்காருவது utkaaruvadhu
3s.h.	உட்கார்ந்தவர் utkaarndhavar	உட்காருகிறவர் utkaarukiRavar	உட்காருபவர் utkaarupavar
3p. (m/f. & h)	உட்கார்ந்தவர்கள் utkaarndhavarkaL	உட்காருகிறவர்கள் utkaarukiRavarkaL	உட்காருபவர்கள் utkaarupavarkaL
3p.n.	உட்கார்ந்தவை utkaarndhavai	உட்காருகிறவை utkaarukiRavai	உட்காருபவை utkaarupavai

Mood forms:

Imperative (s)	உட்காரு utkaaru
Imperative (p/h)	உட்காருங்கள் utkaarungaL
Imperative Negative (s)	உட்காராதே utkaaraadhE
Imperative Negative (p/h)	உட்காராதீர்கள் utkaaraadheerkaL
Optative	உட்காருவீர் utkaaruveer
Permissive	உட்காரட்டும் utkaarattum
Potential	உட்காரலாம் utkaaralaam

81. To sleep – தூங்க (thoonga)

Finite Verb forms:

	Past	Present	Future
1s	தூங்கினேன் thoonginEn	தூங்குகிறேன் thoongukiREn	தூங்குவேன் thoonguvEn
1p	தூங்கினோம் thoonginOm	தூங்குகிறோம் thoongukiROm	தூங்குவோம் thoonguvOm
2s	தூங்கினாய் thoonginaai	தூங்குகிறாய் thoongukiRaai	தூங்குவாய் thoonguvaai
2p	தூங்கினீர்கள் thoongineerkaL	தூங்குகிறீர்கள் thoongukiReerkaL	தூங்குவீர்கள் thoonguveerkaL
3s.m.	தூங்கினான் thoonginaan	தூங்குகிறான் thoongukiRaan	தூங்குவான் thoonguvaan
3s.f.	தூங்கினாள் thoonginaaL	தூங்குகிறாள் thoongukiRaaL	தூங்குவாள் thoonguvaaL
3s.n.	தூங்கியது thoongiyadhu	தூங்குகிறது thoongukiRadhu	தூங்கும் thoongum
3s.h.	தூங்கினார் thoonginaar	தூங்குகிறார் thoongukiRaar	தூங்குவார் thoonguvaar
3p. (m/f & h)	தூங்கினார்கள் thoonginaarkaL	தூங்குகிறார்கள் thoongukiRaarkaL	தூங்குவார்கள் thoonguvaarkaL
3p.n.	தூங்கின thoongina	தூங்குகின்றன thoongukindrana	தூங்கும் thoongum

Non-Finite Verb forms:

Adjectival Participle – Affirmative	தூங்கிய thoongiya
Adjectival Participle – Negative	தூங்காத thoongaadha
Verbal Participle – Affirmative	தூங்கி thoongi
Verbal Participle – Negative	தூங்காமல் thoongaamal
Conditional – Affirmative	தூங்கினால் thoonginaal
Conditional – Negative	தூங்காவிட்டால் thoongaavittaal
Infinitive	தூங்க thoonga

Immediate	தூங்கியதும் thoongiyadhum
Concessive of fact	தூங்கியும் thoongiyum
Concessive of supposition	தூங்கினாலும் thoonginaalum

Participial forms:

	Past	Present	Future
3s.m.	தூங்கியவன் thoongiyavan	தூங்குகிறவன் thoongukiRavan	தூங்குபவன் thoongupavan
3s.f.	தூங்கியவள் thoongiyavaL	தூங்குகிறவள் thoongukiRavaL	தூங்குபவள் thoongupavaL
3s.n.	தூங்கியது thoongiyadhu	தூங்குகிறது thoongukiRadhu	தூங்குவது thoonguvadhu
3s.h.	தூங்கியவர் thoongiyavar	தூங்குகிறவர் thoongukiRavar	தூங்குபவர் thoongupavar
3p. (m/f. & h)	தூங்கியவர்கள் thoongiyavarkaL	தூங்குகிறவர்கள் thoongukiRavarkaL	தூங்குபவர்கள் thoongupavarkaL
3p.n.	தூங்கியவை thoongiyavai	தூங்குகிறவை thoongukiRavai	தூங்குபவை thoongupavai

Mood forms:

Imperative (s)	தூங்கு thoongu
Imperative (p/h)	தூங்குங்கள் thoongungaL
Imperative Negative (s)	தூங்காதே thoongaadhE
Imperative Negative (p/h)	தூங்காதீர்கள் thoongaadheerkaL
Optative	தூங்குவீர் thoonguveer
Permissive	தூங்கட்டும் thoongattum
Potential	தூங்கலாம் thoongalaam

82. To smile – புன்னகைக்க (punnakaikka)

Finite Verb forms:

	Past	Present	Future
1s	புன்னகைத்தேன் punnakaiththEn	புன்னகைக்கிறேன் punnakaikkiREn	புன்னகைப்பேன் punnakaippEn
1p	புன்னகைத்தோம் punnakaiththOm	புன்னகைக்கிறோம் punnakaikkiROm	புன்னகைப்போம் punnakaippOm
2s	புன்னகைத்தாய் punnakaiththaai	புன்னகைக்கிறாய் punnakaikkiRaai	புன்னகைப்பாய் punnakaippaai
2p	புன்னகைத்தீர்கள் punnakaiththeerkaL	புன்னகைக்கிறீர்கள் punnakaikkiReerkaL	புன்னகைப்பீர்கள் punnakaippeerkaL
3s.m.	புன்னகைத்தான் punnakaiththaan	புன்னகைக்கிறான் punnakaikkiRaan	புன்னகைப்பான் punnakaippaan
3s.f.	புன்னகைத்தாள் punnakaiththaaL	புன்னகைக்கிறாள் punnakaikkiRaaL	புன்னகைப்பாள் punnakaippaaL
3s.n.	புன்னகைத்தது punnakaiththadhu	புன்னகைக்கிறது punnakaikkiRadhu	புன்னகைக்கும் punnakaikkum
3s.h.	புன்னகைத்தார் punnakaiththaar	புன்னகைக்கிறார் punnakaikkiRaar	புன்னகைப்பார் punnakaippaar
3p. (m/f & h)	புன்னகைத்தார்கள் punnakaiththaarkaL	புன்னகைக்கிறார்கள் punnakaikkiRaarkaL	புன்னகைப்பார்கள் punnakaippaarkaL
3p.n.	புன்னகைத்தன punnakaiththana	புன்னகைக்கின்றன punnakaikkindrana	புன்னகைக்கும் punnakaikkum

Non-Finite Verb forms:

Adjectival Participle - Affirmative	புன்னகைத்த punnakaiththa
Adjectival Participle - Negative	புன்னகைக்காத punnakaikkaadha
Verbal Participle - Affirmative	புன்னகைத்து punnakaiththu
Verbal Participle - Negative	புன்னகைக்காமல் punnakaikkaamal
Conditional – Affirmative	புன்னகைத்தால் punnakaiththaal
Conditional – Negative	புன்னகைக்காவிட்டால் punnakaikkaavittaal
Infinitive	புன்னகைக்க punnakaikka

Immediate	புன்னகைத்ததும் punnakaiththadhum
Concessive of fact	புன்னகைத்தும் punnakaiththum
Concessive of supposition	புன்னகைத்தாலும் punnakaiththaalum

Participial forms:

	Past	Present	Future
3s.m.	புன்னகைத்தவன் punnakaiththavan	புன்னகைக்கிறவன் punnakaikkiRavan	புன்னகைப்பவன் punnakaippavan
3s.f.	புன்னகைத்தவள் punnakaiththavaL	புன்னகைக்கிறவள் punnakaikkiRavaL	புன்னகைப்பவள் punnakaippavaL
3s.n.	புன்னகைத்தது punnakaiththadhu	புன்னகைக்கிறது punnakaikkiRadhu	புன்னகைப்பது punnakaippadhu
3s.h.	புன்னகைத்தவர் punnakaiththavar	புன்னகைக்கிறவர் punnakaikkiRavar	புன்னகைப்பவர் punnakaippavar
3p. (m/f. & h)	புன்னகைத்தவர்கள் punnakaiththavarkaL	புன்னகைக்கிறவர்கள் punnakaikkiRavarkaL	புன்னகைப்பவர்கள் punnakaippavarkaL
3p.n.	புன்னகைத்தவை punnakaiththavai	புன்னகைக்கிறவை punnakaikkiRavai	புன்னகைப்பவை punnakaippavai

Mood forms:

Imperative (s)	புன்னகை punnakai
Imperative (p/h)	புன்னகையுங்கள் punnakaiyungaL
Imperative Negative (s)	புன்னகைக்காதே punnakaikkaadhE
Imperative Negative (p/h)	புன்னகைக்காதீர்கள் punnakaikkaadheerkaL
Optative	புன்னகைப்பீர் punnakaippeer
Permissive	புன்னகைக்கட்டும் punnakaikkattum
Potential	புன்னகைக்கலாம் punnakaikkalaam

83. To speak – பேச (pEsa)

Finite Verb forms:

	Past	Present	Future
1s	பேசினேன் pEsinEn	பேசுகிறேன் pEsukiREn	பேசுவேன் pEsuvEn
1p	பேசினோம் pEsinOm	பேசுகிறோம் pEsukiROm	பேசுவோம் pEsuvOm
2s	பேசினாய் pEsinaai	பேசுகிறாய் pEsukiRaai	பேசுவாய் pEsuvaai
2p	பேசினீர்கள் pEsineerkaL	பேசுகிறீர்கள் pEsukiReerkaL	பேசுவீர்கள் pEsuveerkaL
3s.m.	பேசினான் pEsinaan	பேசுகிறான் pEsukiRaan	பேசுவான் pEsuvaan
3s.f.	பேசினாள் pEsinaaL	பேசுகிறாள் pEsukiRaaL	பேசுவாள் pEsuvaaL
3s.n.	பேசியது pEsiyadhu	பேசுகிறது pEsukiRadhu	பேசும் pEsum
3s.h.	பேசினார் pEsinaar	பேசுகிறார் pEsukiRaar	பேசுவார் pEsuvaar
3p. (m/f & h)	பேசினார்கள் pEsinaarkaL	பேசுகிறார்கள் pEsukiRaarkaL	பேசுவார்கள் pEsuvaarkaL
3p.n.	பேசின pEsina	பேசுகின்றன pEsukindrana	பேசும் pEsum

Non-Finite Verb forms:

Adjectival Participle - Affirmative	பேசிய pEsiya
Adjectival Participle - Negative	பேசாத pEsaadha
Verbal Participle - Affirmative	பேசி pEsi
Verbal Participle - Negative	பேசாமல் pEsaamal
Conditional – Affirmative	பேசினால் pEsinaal
Conditional – Negative	பேசாவிட்டால் pEsaavittaal
Infinitive	பேச pEsa

Immediate	பேசியதும் pEsiyadhum
Concessive of fact	பேசியும் pEsiyum
Concessive of supposition	பேசினாலும் pEsinaalum

Participial forms:

	Past	Present	Future
3s.m.	பேசியவன் pEsiyavan	பேசுகிறவன் pEsukiRavan	பேசுபவன் pEsupavan
3s.f.	பேசியவள் pEsiyavaL	பேசுகிறவள் pEsukiRavaL	பேசுபவள் pEsupavaL
3s.n.	பேசியது pEsiyadhu	பேசுகிறது pEsukiRadhu	பேசுவது pEsuvadhu
3s.h.	பேசியவர் pEsiyavar	பேசுகிறவர் pEsukiRavar	பேசுபவர் pEsupavar
3p. (m/f. & h)	பேசியவர்கள் pEsiyavarkaL	பேசுகிறவர்கள் pEsukiRavarkaL	பேசுபவர்கள் pEsupavarkaL
3p.n.	பேசியவை pEsiyavai	பேசுகிறவை pEsukiRavai	பேசுபவை pEsupavai

Mood forms:

Imperative (s)	பேசு pEsu
Imperative (p/h)	பேசுங்கள் pEsungaL
Imperative Negative (s)	பேசாதே pEsaadhE
Imperative Negative (p/h)	பேசாதீர்கள் pEsaadheerkaL
Optative	பேசுவீர் pEsuveer
Permissive	பேசட்டும் pEsattum
Potential	பேசலாம் pEsalaam

84. To stand – நிற்க (niRka)

Finite Verb forms:

	Past	Present	Future
1s	நின்றேன் nindrEn	நிற்கிறேன் niRkiREn	நிற்பேன் niRpEn
1p	நின்றோம் nindrOm	நிற்கிறோம் niRkiROm	நிற்போம் niRpOm
2s	நின்றாய் nindraai	நிற்கிறாய் niRkiRaai	நிற்பாய் niRpaai
2p	நின்றீர்கள் nindreerkaL	நிற்கிறீர்கள் niRkiReerkaL	நிற்பீர்கள் niRpeerkaL
3s.m.	நின்றான் nindraan	நிற்கிறான் niRkiRaan	நிற்பான் niRpaan
3s.f.	நின்றாள் nindraaL	நிற்கிறாள் niRkiRaaL	நிற்பாள் niRpaaL
3s.n.	நின்றது nindradhu	நிற்கிறது niRkiRadhu	நிற்கும் niRkum
3s.h.	நின்றார் nindraar	நிற்கிறார் niRkiRaar	நிற்பார் niRpaar
3p. (m/f & h)	நின்றார்கள் nindraarkaL	நிற்கிறார்கள் niRkiRaarkaL	நிற்பார்கள் niRpaarkaL
3p.n.	நின்றன nindrana	நிற்கின்றன niRkindrana	நிற்கும் niRkum

Non-Finite Verb forms:

Adjectival Participle - Affirmative	நின்ற nindra
Adjectival Participle - Negative	நிற்காத niRkaadha
Verbal Participle - Affirmative	நின்று nindru
Verbal Participle - Negative	நிற்காமல் niRkaamal
Conditional – Affirmative	நின்றால் nindraal
Conditional – Negative	நிற்காவிட்டால் niRkaavittaal
Infinitive	நிற்க niRka

Immediate	நின்றதும் nindradhum
Concessive of fact	நின்றும் nindrum
Concessive of supposition	நின்றாலும் nindraalum

Participial forms:

	Past	Present	Future
3s.m.	நின்றவன் nindravan	நிற்கிறவன் niRkiRavan	நிற்பவன் niRpavan
3s.f.	நின்றவள் nindravaL	நிற்கிறவள் niRkiRavaL	நிற்பவள் niRpavaL
3s.n.	நின்றது nindradhu	நிற்கிறது niRkiRadhu	நிற்பது niRpadhu
3s.h.	நின்றவர் nindravar	நிற்கிறவர் niRkiRavar	நிற்பவர் niRpavar
3p. (m/f. & h)	நின்றவர்கள் nindravarkaL	நிற்கிறவர்கள் niRkiRavarkaL	நிற்பவர்கள் niRpavarkaL
3p.n.	நின்றவை nindravai	நிற்கிறவை niRkiRavai	நிற்பவை niRpavai

Mood forms:

Imperative (s)	நில் nil
Imperative (p/h)	நில்லுங்கள் nillungaL
Imperative Negative (s)	நிற்காதே niRkaadhE
Imperative Negative (p/h)	நிற்காதீர்கள் niRkaadheerkaL
Optative	நிற்பீர் niRpeer
Permissive	நிற்கட்டும் niRkattum
Potential	நிற்கலாம் niRkalaam

85. To start – ஆரம்பிக்க (aarampikka)

Finite Verb forms:

	Past	Present	Future
1s	ஆரம்பித்தேன் aarampiththEn	ஆரம்பிக்கிறேன் aarampikkiREn	ஆரம்பிப்பேன் aarampippEn
1p	ஆரம்பித்தோம் aarampiththOm	ஆரம்பிக்கிறோம் aarampikkiROm	ஆரம்பிப்போம் aarampippOm
2s	ஆரம்பித்தாய் aarampiththaai	ஆரம்பிக்கிறாய் aarampikkiRaai	ஆரம்பிப்பாய் aarampippaai
2p	ஆரம்பித்தீர்கள் aarampiththeerkaL	ஆரம்பிக்கிறீர்கள் aarampikkiReerkaL	ஆரம்பிப்பீர்கள் aarampippeerkaL
3s.m.	ஆரம்பித்தான் aarampiththaan	ஆரம்பிக்கிறான் aarampikkiRaan	ஆரம்பிப்பான் aarampippaan
3s.f.	ஆரம்பித்தாள் aarampiththaaL	ஆரம்பிக்கிறாள் aarampikkiRaaL	ஆரம்பிப்பாள் aarampippaaL
3s.n.	ஆரம்பித்தது aarampiththadhu	ஆரம்பிக்கிறது aarampikkiRadhu	ஆரம்பிக்கும் aarampikkum
3s.h.	ஆரம்பித்தார் aarampiththaar	ஆரம்பிக்கிறார் aarampikkiRaar	ஆரம்பிப்பார் aarampippaar
3p. (m/f & h)	ஆரம்பித்தார்கள் aarampiththaarkaL	ஆரம்பிக்கிறார்கள் aarampikkiRaarkaL	ஆரம்பிப்பார்கள் aarampippaarkaL
3p.n.	ஆரம்பித்தன aarampiththana	ஆரம்பிக்கின்றன aarampikkindrana	ஆரம்பிக்கும் aarampikkum

Non-Finite Verb forms:

Adjectival Participle - Affirmative	ஆரம்பித்த aarampiththa
Adjectival Participle - Negative	ஆரம்பிக்காத aarampikkaadha
Verbal Participle - Affirmative	ஆரம்பித்து aarampiththu
Verbal Participle - Negative	ஆரம்பிக்காமல் aarampikkaamal
Conditional – Affirmative	ஆரம்பித்தால் aarampiththaal
Conditional – Negative	ஆரம்பிக்காவிட்டால் aarampikkaavittaal
Infinitive	ஆரம்பிக்க aarampikka

Immediate	ஆரம்பித்ததும் aarampiththadhum
Concessive of fact	ஆரம்பித்தும் aarampiththum
Concessive of supposition	ஆரம்பித்தாலும் aarampiththaalum

Participial forms:

	Past	Present	Future
3s.m.	ஆரம்பித்தவன் aarampiththavan	ஆரம்பிக்கிறவன் aarampikkiRavan	ஆரம்பிப்பவன் aarampippavan
3s.f.	ஆரம்பித்தவள் aarampiththavaL	ஆரம்பிக்கிறவள் aarampikkiRavaL	ஆரம்பிப்பவள் aarampippavaL
3s.n.	ஆரம்பித்தது aarampiththadhu	ஆரம்பிக்கிறது aarampikkiRadhu	ஆரம்பிப்பது aarampippadhu
3s.h.	ஆரம்பித்தவர் aarampiththavar	ஆரம்பிக்கிறவர் aarampikkiRavar	ஆரம்பிப்பவர் aarampippavar
3p. (m/f. & h)	ஆரம்பித்தவர்கள் aarampiththavarkaL	ஆரம்பிக்கிறவர்கள் aarampikkiRavarkaL	ஆரம்பிப்பவர்கள் aarampippavarkaL
3p.n.	ஆரம்பித்தவை aarampiththavai	ஆரம்பிக்கிறவை aarampikkiRavai	ஆரம்பிப்பவை aarampippavai

Mood forms:

Imperative (s)	ஆரம்பி aarampi
Imperative (p/h)	ஆரம்பியுங்கள் aarampiyungaL
Imperative Negative (s)	ஆரம்பிக்காதே aarampikkaadhE
Imperative Negative (p/h)	ஆரம்பிக்காதீர்கள் aarampikkaadheerkaL
Optative	ஆரம்பிப்பீர் aarampippeer
Permissive	ஆரம்பிக்கட்டும் aarampikkattum
Potential	ஆரம்பிக்கலாம் aarampikkalaam

86. To stay – தங்க (thanga)

Finite Verb forms:

	Past	Present	Future
1s	தங்கினேன் thanginEn	தங்குகிறேன் thangukiREn	தங்குவேன் thanguvEn
1p	தங்கினோம் thanginOm	தங்குகிறோம் thangukiROm	தங்குவோம் thanguvOm
2s	தங்கினாய் thanginaai	தங்குகிறாய் thangukiRaai	தங்குவாய் thanguvaai
2p	தங்கினீர்கள் thangineerkaL	தங்குகிறீர்கள் thangukiReerkaL	தங்குவீர்கள் thanguveerkaL
3s.m.	தங்கினான் thanginaan	தங்குகிறான் thangukiRaan	தங்குவான் thanguvaan
3s.f.	தங்கினாள் thanginaaL	தங்குகிறாள் thangukiRaaL	தங்குவாள் thanguvaaL
3s.n.	தங்கியது thangiyadhu	தங்குகிறது thangukiRadhu	தங்கும் thangum
3s.h.	தங்கினார் thanginaar	தங்குகிறார் thangukiRaar	தங்குவார் thanguvaar
3p. (m/f & h)	தங்கினார்கள் thanginaarkaL	தங்குகிறார்கள் thangukiRaarkaL	தங்குவார்கள் thanguvaarkaL
3p.n.	தங்கின thangina	தங்குகின்றன thangukindrana	தங்கும் thangum

Non-Finite Verb forms:

Adjectival Participle - Affirmative	தங்கிய thangiya
Adjectival Participle - Negative	தங்காத thangaadha
Verbal Participle - Affirmative	தங்கி thangi
Verbal Participle - Negative	தங்காமல் thangaamal
Conditional – Affirmative	தங்கினால் thanginaal
Conditional – Negative	தங்காவிட்டால் thangaavittaal
Infinitive	தங்க thanga

Immediate	தங்கியதும் thangiyadhum
Concessive of fact	தங்கியும் thangiyum
Concessive of supposition	தங்கினாலும் thanginaalum

Participial forms:

	Past	Present	Future
3s.m.	தங்கியவன் thangiyavan	தங்குகிறவன் thangukiRavan	தங்குபவன் thangupavan
3s.f.	தங்கியவள் thangiyavaL	தங்குகிறவள் thangukiRavaL	தங்குபவள் thangupavaL
3s.n.	தங்கியது thangiyadhu	தங்குகிறது thangukiRadhu	தங்குவது thanguvadhu
3s.h.	தங்கியவர் thangiyavar	தங்குகிறவர் thangukiRavar	தங்குபவர் thangupavar
3p. (m/f. & h)	தங்கியவர்கள் thangiyavarkaL	தங்குகிறவர்கள் thangukiRavarkaL	தங்குபவர்கள் thangupavarkaL
3p.n.	தங்கியவை thangiyavai	தங்குகிறவை thangukiRavai	தங்குபவை thangupavai

Mood forms:

Imperative (s)	தங்கு thangu
Imperative (p/h)	தங்குங்கள் thangungaL
Imperative Negative (s)	தங்காதே thangaadhE
Imperative Negative (p/h)	தங்காதீர்கள் thangaadheerkaL
Optative	தங்குவீர் thanguveer
Permissive	தங்கட்டும் thangattum
Potential	தங்கலாம் thangalaam

87. To take – எடுக்க (etukka)

Finite Verb forms:

	Past	Present	Future
1s	எடுத்தேன் etuththEn	எடுக்கிறேன் etukkiREn	எடுப்பேன் etuppEn
1p	எடுத்தோம் etuththOm	எடுக்கிறோம் etukkiROm	எடுப்போம் etuppOm
2s	எடுத்தாய் etuththaai	எடுக்கிறாய் etukkiRaai	எடுப்பாய் etuppaai
2p	எடுத்தீர்கள் etuththeerkaL	எடுக்கிறீர்கள் etukkiReerkaL	எடுப்பீர்கள் etuppeerkaL
3s.m.	எடுத்தான் etuththaan	எடுக்கிறான் etukkiRaan	எடுப்பான் etuppaan
3s.f.	எடுத்தாள் etuththaaL	எடுக்கிறாள் etukkiRaaL	எடுப்பாள் etuppaaL
3s.n.	எடுத்தது etuththadhu	எடுக்கிறது etukkiRadhu	எடுக்கும் etukkum
3s.h.	எடுத்தார் etuththaar	எடுக்கிறார் etukkiRaar	எடுப்பார் etuppaar
3p. (m/f & h)	எடுத்தார்கள் etuththaarkaL	எடுக்கிறார்கள் etukkiRaarkaL	எடுப்பார்கள் etuppaarkaL
3p.n.	எடுத்தன etuththana	எடுக்கின்றன etukkindrana	எடுக்கும் etukkum

Non-Finite Verb forms:

Adjectival Participle - Affirmative	எடுத்த etuththa
Adjectival Participle - Negative	எடுக்காத etukkaadha
Verbal Participle - Affirmative	எடுத்து etuththu
Verbal Participle - Negative	எடுக்காமல் etukkaamal
Conditional – Affirmative	எடுத்தால் etuththaal
Conditional – Negative	எடுக்காவிட்டால் etukkaavittaal
Infinitive	எடுக்க etukka

Immediate	எடுத்ததும் etuththadhum
Concessive of fact	எடுத்தும் etuththum
Concessive of supposition	எடுத்தாலும் etuththaalum

Participial forms:

	Past	Present	Future
3s.m.	எடுத்தவன் etuththavan	எடுக்கிறவன் etukkiRavan	எடுப்பவன் etuppavan
3s.f.	எடுத்தவள் etuththavaL	எடுக்கிறவள் etukkiRavaL	எடுப்பவள் etuppavaL
3s.n.	எடுத்தது etuththadhu	எடுக்கிறது etukkiRadhu	எடுப்பது etuppadhu
3s.h.	எடுத்தவர் etuththavar	எடுக்கிறவர் etukkiRavar	எடுப்பவர் etuppavar
3p. (m/f. & h)	எடுத்தவர்கள் etuththavarkaL	எடுக்கிறவர்கள் etukkiRavarkaL	எடுப்பவர்கள் etuppavarkaL
3p.n.	எடுத்தவை etuththavai	எடுக்கிறவை etukkiRavai	எடுப்பவை etuppavai

Mood forms:

Imperative (s)	எடு etu
Imperative (p/h)	எடுங்கள் etungaL
Imperative Negative (s)	எடுக்காதே etukkaadhE
Imperative Negative (p/h)	எடுக்காதீர்கள் etukkaadheerkaL
Optative	எடுப்பீர் etuppeer
Permissive	எடுக்கட்டும் etukkattum
Potential	எடுக்கலாம் etukkalaam

88. To talk – பேச (pEsa)

Finite Verb forms:

	Past	Present	Future
1s	பேசினேன் pEsinEn	பேசுகிறேன் pEsukiREn	பேசுவேன் pEsuvEn
1p	பேசினோம் pEsinOm	பேசுகிறோம் pEsukiROm	பேசுவோம் pEsuvOm
2s	பேசினாய் pEsinaai	பேசுகிறாய் pEsukiRaai	பேசுவாய் pEsuvaai
2p	பேசினீர்கள் pEsineerkaL	பேசுகிறீர்கள் pEsukiReerkaL	பேசுவீர்கள் pEsuveerkaL
3s.m.	பேசினான் pEsinaan	பேசுகிறான் pEsukiRaan	பேசுவான் pEsuvaan
3s.f.	பேசினாள் pEsinaaL	பேசுகிறாள் pEsukiRaaL	பேசுவாள் pEsuvaaL
3s.n.	பேசியது pEsiyadhu	பேசுகிறது pEsukiRadhu	பேசும் pEsum
3s.h.	பேசினார் pEsinaar	பேசுகிறார் pEsukiRaar	பேசுவார் pEsuvaar
3p. (m/f & h)	பேசினார்கள் pEsinaarkaL	பேசுகிறார்கள் pEsukiRaarkaL	பேசுவார்கள் pEsuvaarkaL
3p.n.	பேசின pEsina	பேசுகின்றன pEsukindrana	பேசும் pEsum

Non-Finite Verb forms:

Adjectival Participle - Affirmative	பேசிய pEsiya
Adjectival Participle - Negative	பேசாத pEsaadha
Verbal Participle - Affirmative	பேசி pEsi
Verbal Participle - Negative	பேசாமல் pEsaamal
Conditional – Affirmative	பேசினால் pEsinaal
Conditional – Negative	பேசாவிட்டால் pEsaavittaal
Infinitive	பேச pEsa

Immediate	பேசியதும்
	pEsiyadhum
Concessive of fact	பேசியும்
	pEsiyum
Concessive of supposition	பேசினாலும்
	pEsinaalum

Participial forms:

	Past	Present	Future
3s.m.	பேசியவன்	பேசுகிறவன்	பேசுபவன்
	pEsiyavan	pEsukiRavan	pEsupavan
3s.f.	பேசியவள்	பேசுகிறவள்	பேசுபவள்
	pEsiyavaL	pEsukiRavaL	pEsupavaL
3s.n.	பேசியது	பேசுகிறது	பேசுவது
	pEsiyadhu	pEsukiRadhu	pEsuvadhu
3s.h.	பேசியவர்	பேசுகிறவர்	பேசுபவர்
	pEsiyavar	pEsukiRavar	pEsupavar
3p. (m/f. & h)	பேசியவர்கள்	பேசுகிறவர்கள்	பேசுபவர்கள்
	pEsiyavarkaL	pEsukiRavarkaL	pEsupavarkaL
3p.n.	பேசியவை	பேசுகிறவை	பேசுபவை
	pEsiyavai	pEsukiRavai	pEsupavai

Mood forms:

Imperative (s)	பேசு
	pEsu
Imperative (p/h)	பேசுங்கள்
	pEsungaL
Imperative Negative (s)	பேசாதே
	pEsaadhE
Imperative Negative (p/h)	பேசாதீர்கள்
	pEsaadheerkaL
Optative	பேசுவீர்
	pEsuveer
Permissive	பேசட்டும்
	pEsattum
Potential	பேசலாம்
	pEsalaam

89. To teach – கற்பிக்க (kaRpikka)

Finite Verb forms:

	Past	Present	Future
1s	கற்பித்தேன் kaRpiththEn	கற்பிக்கிறேன் kaRpikkiREn	கற்பிப்பேன் kaRpippEn
1p	கற்பித்தோம் kaRpiththOm	கற்பிக்கிறோம் kaRpikkiROm	கற்பிப்போம் kaRpippOm
2s	கற்பித்தாய் kaRpiththaai	கற்பிக்கிறாய் kaRpikkiRaai	கற்பிப்பாய் kaRpippaai
2p	கற்பித்தீர்கள் kaRpiththeerkaL	கற்பிக்கிறீர்கள் kaRpikkiReerkaL	கற்பிப்பீர்கள் kaRpippeerkaL
3s.m.	கற்பித்தான் kaRpiththaan	கற்பிக்கிறான் kaRpikkiRaan	கற்பிப்பான் kaRpippaan
3s.f.	கற்பித்தாள் kaRpiththaaL	கற்பிக்கிறாள் kaRpikkiRaaL	கற்பிப்பாள் kaRpippaaL
3s.n.	கற்பித்தது kaRpiththadhu	கற்பிக்கிறது kaRpikkiRadhu	கற்பிக்கும் kaRpikkum
3s.h.	கற்பித்தார் kaRpiththaar	கற்பிக்கிறார் kaRpikkiRaar	கற்பிப்பார் kaRpippaar
3p. (m/f & h)	கற்பித்தார்கள் kaRpiththaarkaL	கற்பிக்கிறார்கள் kaRpikkiRaarkaL	கற்பிப்பார்கள் kaRpippaarkaL
3p.n.	கற்பித்தன kaRpiththana	கற்பிக்கின்றன kaRpikkindrana	கற்பிக்கும் kaRpikkum

Non-Finite Verb forms:

Adjectival Participle - Affirmative	கற்பித்த kaRpiththa
Adjectival Participle - Negative	கற்பிக்காத kaRpikkaadha
Verbal Participle - Affirmative	கற்பித்து kaRpiththu
Verbal Participle - Negative	கற்பிக்காமல் kaRpikkaamal
Conditional – Affirmative	கற்பித்தால் kaRpiththaal
Conditional – Negative	கற்பிக்காவிட்டால் kaRpikkaavittaal
Infinitive	கற்பிக்க kaRpikka

Immediate	கற்பித்ததும் kaRpiththadhum
Concessive of fact	கற்பித்தும் kaRpiththum
Concessive of supposition	கற்பித்தாலும் kaRpiththaalum

Participial forms:

	Past	Present	Future
3s.m.	கற்பித்தவன் kaRpiththavan	கற்பிக்கிறவன் kaRpikkiRavan	கற்பிப்பவன் kaRpippavan
3s.f.	கற்பித்தவள் kaRpiththavaL	கற்பிக்கிறவள் kaRpikkiRavaL	கற்பிப்பவள் kaRpippavaL
3s.n.	கற்பித்தது kaRpiththadhu	கற்பிக்கிறது kaRpikkiRadhu	கற்பிப்பது kaRpippadhu
3s.h.	கற்பித்தவர் kaRpiththavar	கற்பிக்கிறவர் kaRpikkiRavar	கற்பிப்பவர் kaRpippavar
3p. (m/f. & h)	கற்பித்தவர்கள் kaRpiththavarkaL	கற்பிக்கிறவர்கள் kaRpikkiRavarkaL	கற்பிப்பவர்கள் kaRpippavarkaL
3p.n.	கற்பித்தவை kaRpiththavai	கற்பிக்கிறவை kaRpikkiRavai	கற்பிப்பவை kaRpippavai

Mood forms:

Imperative (s)	கற்பி kaRpi
Imperative (p/h)	கற்பியுங்கள் kaRpiyungaL
Imperative Negative (s)	கற்பிக்காதே kaRpikkaadhE
Imperative Negative (p/h)	கற்பிக்காதீர்கள் kaRpikkaadheerkaL
Optative	கற்பிப்பீர் kaRpippeer
Permissive	கற்பிக்கட்டும் kaRpikkattum
Potential	கற்பிக்கலாம் kaRpikkalaam

90. To think – நினைக்க (ninaikka)

Finite Verb forms:

	Past	Present	Future
1s	நினைத்தேன் ninaiththEn	நினைக்கிறேன் ninaikkiREn	நினைப்பேன் ninaippEn
1p	நினைத்தோம் ninaiththOm	நினைக்கிறோம் ninaikkiROm	நினைப்போம் ninaippOm
2s	நினைத்தாய் ninaiththaai	நினைக்கிறாய் ninaikkiRaai	நினைப்பாய் ninaippaai
2p	நினைத்தீர்கள் ninaiththeerkaL	நினைக்கிறீர்கள் ninaikkiReerkaL	நினைப்பீர்கள் ninaippeerkaL
3s.m.	நினைத்தான் ninaiththaan	நினைக்கிறான் ninaikkiRaan	நினைப்பான் ninaippaan
3s.f.	நினைத்தாள் ninaiththaaL	நினைக்கிறாள் ninaikkiRaaL	நினைப்பாள் ninaippaaL
3s.n.	நினைத்தது ninaiththadhu	நினைக்கிறது ninaikkiRadhu	நினைக்கும் ninaikkum
3s.h.	நினைத்தார் ninaiththaar	நினைக்கிறார் ninaikkiRaar	நினைப்பார் ninaippaar
3p. (m/f & h)	நினைத்தார்கள் ninaiththaarkaL	நினைக்கிறார்கள் ninaikkiRaarkaL	நினைப்பார்கள் ninaippaarkaL
3p.n.	நினைத்தன ninaiththana	நினைக்கின்றன ninaikkindrana	நினைக்கும் ninaikkum

Non-Finite Verb forms:

Adjectival Participle - Affirmative	நினைத்த ninaiththa
Adjectival Participle - Negative	நினைக்காத ninaikkaadha
Verbal Participle - Affirmative	நினைத்து ninaiththu
Verbal Participle - Negative	நினைக்காமல் ninaikkaamal
Conditional – Affirmative	நினைத்தால் ninaiththaal
Conditional – Negative	நினைக்காவிட்டால் ninaikkaavittaal
Infinitive	நினைக்க ninaikka

Immediate	நினைத்ததும் ninaiththadhum
Concessive of fact	நினைத்தும் ninaiththum
Concessive of supposition	நினைத்தாலும் ninaiththaalum

Participial forms:

	Past	Present	Future
3s.m.	நினைத்தவன் ninaiththavan	நினைக்கிறவன் ninaikkiRavan	நினைப்பவன் ninaippavan
3s.f.	நினைத்தவள் ninaiththavaL	நினைக்கிறவள் ninaikkiRavaL	நினைப்பவள் ninaippavaL
3s.n.	நினைத்தது ninaiththadhu	நினைக்கிறது ninaikkiRadhu	நினைப்பது ninaippadhu
3s.h.	நினைத்தவர் ninaiththavar	நினைக்கிறவர் ninaikkiRavar	நினைப்பவர் ninaippavar
3p. (m/f. & h)	நினைத்தவர்கள் ninaiththavarkaL	நினைக்கிறவர்கள் ninaikkiRavarkaL	நினைப்பவர்கள் ninaippavarkaL
3p.n.	நினைத்தவை ninaiththavai	நினைக்கிறவை ninaikkiRavai	நினைப்பவை ninaippavai

Mood forms:

Imperative (s)	நினை ninai
Imperative (p/h)	நினையுங்கள் ninaiyungaL
Imperative Negative (s)	நினைக்காதே ninaikkaadhE
Imperative Negative (p/h)	நினைக்காதீர்கள் ninaikkaadheerkaL
Optative	நினைப்பீர் ninaippeer
Permissive	நினைக்கட்டும் ninaikkattum
Potential	நினைக்கலாம் ninaikkalaam

91. To touch – தொட (thota)

Finite Verb forms:

	Past	Present	Future
1s	தொட்டேன் thottEn	தொடுகிறேன் thotukiREn	தொடுவேன் thotuvEn
1p	தொட்டோம் thottOm	தொடுகிறோம் thotukiROm	தொடுவோம் thotuvOm
2s	தொட்டாய் thottaai	தொடுகிறாய் thotukiRaai	தொடுவாய் thotuvaai
2p	தொட்டீர்கள் thotteerkaL	தொடுகிறீர்கள் thotukiReerkaL	தொடுவீர்கள் thotuveerkaL
3s.m.	தொட்டான் thottaan	தொடுகிறான் thotukiRaan	தொடுவான் thotuvaan
3s.f.	தொட்டாள் thottaaL	தொடுகிறாள் thotukiRaaL	தொடுவாள் thotuvaaL
3s.n.	தொட்டது thottadhu	தொடுகிறது thotukiRadhu	தொடும் thotum
3s.h.	தொட்டார் thottaar	தொடுகிறார் thotukiRaar	தொடுவார் thotuvaar
3p. (m/f & h)	தொட்டார்கள் thottaarkaL	தொடுகிறார்கள் thotukiRaarkaL	தொடுவார்கள் thotuvaarkaL
3p.n.	தொட்டன thottana	தொடுகின்றன thotukindrana	தொடும் thotum

Non-Finite Verb forms:

Adjectival Participle - Affirmative	தொட்ட thotta
Adjectival Participle - Negative	தொடாத thotaadha
Verbal Participle - Affirmative	தொட்டு thottu
Verbal Participle - Negative	தொடாமல் thotaamal
Conditional – Affirmative	தொட்டால் thottaal
Conditional – Negative	தொடாவிட்டால் thotaavittaal
Infinitive	தொட thota

Immediate	தொட்டதும் thottadhum
Concessive of fact	தொட்டும் thottum
Concessive of supposition	தொட்டாலும் thottaalum

Participial forms:

	Past	Present	Future
3s.m.	தொட்டவன் thottavan	தொடுகிறவன் thotukiRavan	தொடுபவன் thotupavan
3s.f.	தொட்டவள் thottavaL	தொடுகிறவள் thotukiRavaL	தொடுபவள் thotupavaL
3s.n.	தொட்டது thottadhu	தொடுகிறது thotukiRadhu	தொடுவது thotuvadhu
3s.h.	தொட்டவர் thottavar	தொடுகிறவர் thotukiRavar	தொடுபவர் thotupavar
3p. (m/f. & h)	தொட்டவர்கள் thottavarkaL	தொடுகிறவர்கள் thotukiRavarkaL	தொடுபவர்கள் thotupavarkaL
3p.n.	தொட்டவை thottavai	தொடுகிறவை thotukiRavai	தொடுபவை thotupavai

Mood forms:

Imperative (s)	தொடு thotu
Imperative (p/h)	தொடுங்கள் thotungaL
Imperative Negative (s)	தொடாதே thotaadhE
Imperative Negative (p/h)	தொடாதீர்கள் thotaadheerkaL
Optative	தொடுவீர் thotuveer
Permissive	தொடட்டும் thotattum
Potential	தொடலாம் thotalaam

92. To travel – பயணிக்க (payaNikka)

Finite Verb forms:

	Past	Present	Future
1s	பயணித்தேன் payaNiththEn	பயணிக்கிறேன் payaNikkiREn	பயணிப்பேன் payaNippEn
1p	பயணித்தோம் payaNiththOm	பயணிக்கிறோம் payaNikkiROm	பயணிப்போம் payaNippOm
2s	பயணித்தாய் payaNiththaai	பயணிக்கிறாய் payaNikkiRaai	பயணிப்பாய் payaNippaai
2p	பயணித்தீர்கள் payaNiththeerkaL	பயணிக்கிறீர்கள் payaNikkiReerkaL	பயணிப்பீர்கள் payaNippeerkaL
3s.m.	பயணித்தான் payaNiththaan	பயணிக்கிறான் payaNikkiRaan	பயணிப்பான் payaNippaan
3s.f.	பயணித்தாள் payaNiththaaL	பயணிக்கிறாள் payaNikkiRaaL	பயணிப்பாள் payaNippaaL
3s.n.	பயணித்தது payaNiththadhu	பயணிக்கிறது payaNikkiRadhu	பயணிக்கும் payaNikkum
3s.h.	பயணித்தார் payaNiththaar	பயணிக்கிறார் payaNikkiRaar	பயணிப்பார் payaNippaar
3p. (m/f & h)	பயணித்தார்கள் payaNiththaarkaL	பயணிக்கிறார்கள் payaNikkiRaarkaL	பயணிப்பார்கள் payaNippaarkaL
3p.n.	பயணித்தன payaNiththana	பயணிக்கின்றன payaNikkindrana	பயணிக்கும் payaNikkum

Non-Finite Verb forms:

Adjectival Participle - Affirmative	பயணித்த payaNiththa
Adjectival Participle - Negative	பயணிக்காத payaNikkaadha
Verbal Participle - Affirmative	பயணித்து payaNiththu
Verbal Participle - Negative	பயணிக்காமல் payaNikkaamal
Conditional – Affirmative	பயணித்தால் payaNiththaal
Conditional – Negative	பயணிக்காவிட்டால் payaNikkaavittaal
Infinitive	பயணிக்க payaNikka

Immediate	பயணித்ததும் payaNiththadhum
Concessive of fact	பயணித்தும் payaNiththum
Concessive of supposition	பயணித்தாலும் payaNiththaalum

Participial forms:

	Past	Present	Future
3s.m.	பயணித்தவன் payaNiththavan	பயணிக்கிறவன் payaNikkiRavan	பயணிப்பவன் payaNippavan
3s.f.	பயணித்தவள் payaNiththavaL	பயணிக்கிறவள் payaNikkiRavaL	பயணிப்பவள் payaNippavaL
3s.n.	பயணித்தது payaNiththadhu	பயணிக்கிறது payaNikkiRadhu	பயணிப்பது payaNippadhu
3s.h.	பயணித்தவர் payaNiththavar	பயணிக்கிறவர் payaNikkiRavar	பயணிப்பவர் payaNippavar
3p. (m/f. & h)	பயணித்தவர்கள் payaNiththavarkaL	பயணிக்கிறவர்கள் payaNikkiRavarkaL	பயணிப்பவர்கள் payaNippavarkaL
3p.n.	பயணித்தவை payaNiththavai	பயணிக்கிறவை payaNikkiRavai	பயணிப்பவை payaNippavai

Mood forms:

Imperative (s)	பயணி payaNi
Imperative (p/h)	பயணியுங்கள் payaNiyungaL
Imperative Negative (s)	பயணிக்காதே payaNikkaadhE
Imperative Negative (p/h)	பயணிக்காதீர்கள் payaNikkaadheerkaL
Optative	பயணிப்பீர் payaNippeer
Permissive	பயணிக்கட்டும் payaNikkattum
Potential	பயணிக்கலாம் payaNikkalaam

93. To understand – புரிந்துகொள்ள (purindhukoLLa)

Finite Verb forms:

	Past	Present	Future
1s	புரிந்துகொண்டேன் purindhukoNtEn	புரிந்துகொள்கிறேன் purindhukoLkiREn	புரிந்துகொள்வேன் purindhukoLvEn
1p	புரிந்துகொண்டோம் purindhukoNtOm	புரிந்துகொள்கிறோம் purindhukoLkiROm	புரிந்துகொள்வோம் purindhukoLvOm
2s	புரிந்துகொண்டாய் purindhukoNtaai	புரிந்துகொள்கிறாய் purindhukoLkiRaai	புரிந்துகொள்வாய் purindhukoLvaai
2p	புரிந்துகொண்டீர்கள் purindhukoNteerkaL	புரிந்துகொள்கிறீர்கள் purindhukoLkiReerkaL	புரிந்துகொள்வீர்கள் purindhukoLveerkaL
3s.m.	புரிந்துகொண்டான் purindhukoNtaan	புரிந்துகொள்கிறான் purindhukoLkiRaan	புரிந்துகொள்வான் purindhukoLvaan
3s.f.	புரிந்துகொண்டாள் purindhukoNtaaL	புரிந்துகொள்கிறாள் purindhukoLkiRaaL	புரிந்துகொள்வாள் purindhukoLvaaL
3s.n.	புரிந்துகொண்டது purindhukoNtadhu	புரிந்துகொள்கிறது purindhukoLkiRadhu	புரிந்துகொள்ளும் purindhukoLLum
3s.h.	புரிந்துகொண்டார் purindhukoNtaar	புரிந்துகொள்கிறார் purindhukoLkiRaar	புரிந்துகொள்வார் purindhukoLvaar
3p. (m/f & h)	புரிந்துகொண்டார்கள் purindhukoNtaarkaL	புரிந்துகொள்கிறார்கள் purindhukoLkiRaarkaL	புரிந்துகொள்வார்கள் purindhukoLvaarkaL
3p.n.	புரிந்துகொண்டன purindhukoNtana	புரிந்துகொள்கின்றன purindhukoLkindrana	புரிந்துகொள்ளும் purindhukoLLum

Non-Finite Verb forms:

Adjectival Participle - Affirmative	புரிந்துகொண்ட purindhukoNta
Adjectival Participle - Negative	புரிந்துகொள்ளாத purindhukoLLaadha
Verbal Participle - Affirmative	புரிந்துகொண்டு purindhukoNtu
Verbal Participle - Negative	புரிந்துகொள்ளாமல் purindhukoLLaamal
Conditional – Affirmative	புரிந்துகொண்டால் purindhukoNtaal
Conditional – Negative	புரிந்துகொள்ளாவிட்டால் purindhukoLLaavittaal
Infinitive	புரிந்துகொள்ள purindhukoLLa

Immediate	புரிந்துகொண்டதும் purindhukoNtadhum
Concessive of fact	புரிந்துகொண்டும் purindhukoNtum
Concessive of supposition	புரிந்துகொண்டாலும் purindhukoNtaalum

Participial forms:

	Past	**Present**	**Future**
3s.m.	புரிந்துகொண்டவன் purindhukoNtavan	புரிந்துகொள்கிறவன் purindhukoLkiRavan	புரிந்துகொள்பவன் purindhukoLpavan
3s.f.	புரிந்துகொண்டவள் purindhukoNtavaL	புரிந்துகொள்கிறவள் purindhukoLkiRavaL	புரிந்துகொள்பவள் purindhukoLpavaL
3s.n.	புரிந்துகொண்டது purindhukoNtadhu	புரிந்துகொள்கிறது purindhukoLkiRadhu	புரிந்துகொள்வது purindhukoLvadhu
3s.h.	புரிந்துகொண்டவர் purindhukoNtavar	புரிந்துகொள்கிறவர் purindhukoLkiRavar	புரிந்துகொள்பவர் purindhukoLpavar
3p. (m/f. & h)	புரிந்துகொண்டவர்கள் purindhukoNtavarkaL	புரிந்துகொள்கிறவர்கள் purindhukoLkiRavarkaL	புரிந்துகொள்பவர்கள் purindhukoLpavarkaL
3p.n.	புரிந்துகொண்டவை purindhukoNtavai	புரிந்துகொள்கிறவை purindhukoLkiRavai	புரிந்துகொள்பவை purindhukoLpavai

Mood forms:

Imperative (s)	புரிந்துகொள் purindhukoL
Imperative (p/h)	புரிந்துகொள்ளுங்கள் purindhukoLLungaL
Imperative Negative (s)	புரிந்துகொள்ளாதே purindhukoLLaadhE
Imperative Negative (p/h)	புரிந்துகொள்ளாதீர்கள் purindhukoLLaadheerkaL
Optative	புரிந்துகொள்வீர் purindhukoLveer
Permissive	புரிந்துகொள்ளட்டும் purindhukoLLattum
Potential	புரிந்துகொள்ளலாம் purindhukoLLalaam

94. To use – பயன்படுத்த (payanpatuththa)

Finite Verb forms:

	Past	Present	Future
1s	பயன்படுத்தினேன் payanpatuththinEn	பயன்படுத்துகிறேன் payanpatuththukiREn	பயன்படுத்துவேன் payanpatuththuvEn
1p	பயன்படுத்தினோம் payanpatuththinOm	பயன்படுத்துகிறோம் payanpatuththukiROm	பயன்படுத்துவோம் payanpatuththuvOm
2s	பயன்படுத்தினாய் payanpatuththinaai	பயன்படுத்துகிறாய் payanpatuththukiRaai	பயன்படுத்துவாய் payanpatuththuvaai
2p	பயன்படுத்தினீர்கள் payanpatuththineerkaL	பயன்படுத்துகிறீர்கள் payanpatuththukiReerkaL	பயன்படுத்துவீர்கள் payanpatuththuveerkaL
3s.m	பயன்படுத்தினான் payanpatuththinaan	பயன்படுத்துகிறான் payanpatuththukiRaan	பயன்படுத்துவான் payanpatuththuvaan
3s.f.	பயன்படுத்தினாள் payanpatuththinaaL	பயன்படுத்துகிறாள் payanpatuththukiRaaL	பயன்படுத்துவாள் payanpatuththuvaaL
3s.n	பயன்படுத்தியது payanpatuththiyadhu	பயன்படுத்துகிறது payanpatuththukiRadhu	பயன்படுத்தும் payanpatuththum
3s.h	பயன்படுத்தினார் payanpatuththinaar	பயன்படுத்துகிறார் payanpatuththukiRaar	பயன்படுத்துவார் payanpatuththuvaar
3p. (m/f & h)	பயன்படுத்தினார்கள் payanpatuththinaarkaL	பயன்படுத்துகிறார்கள் payanpatuththukiRaarkaL	பயன்படுத்துவார்கள் payanpatuththuvaarkaL
3p.n	பயன்படுத்தின payanpatuththina	பயன்படுத்துகின்றன payanpatuththukindrana	பயன்படுத்தும் payanpatuththum

Non-Finite Verb forms:

Adjectival Participle - Affirmative	பயன்படுத்திய payanpatuththiya
Adjectival Participle - Negative	பயன்படுத்தாத payanpatuththaadha
Verbal Participle - Affirmative	பயன்படுத்தி payanpatuththi
Verbal Participle - Negative	பயன்படுத்தாமல் payanpatuththaamal
Conditional – Affirmative	பயன்படுத்தினால் payanpatuththinaal
Conditional – Negative	பயன்படுத்தாவிட்டால் payanpatuththaavittaal
Infinitive	பயன்படுத்த payanpatuththa

Immediate	பயன்படுத்தியதும் payanpatuththiyadhum
Concessive of fact	பயன்படுத்தியும் payanpatuththiyum
Concessive of supposition	பயன்படுத்தினாலும் payanpatuththinaalum

Participial forms:

	Past	**Present**	**Future**
3s.m.	பயன்படுத்தியவன் payanpatuththiyavan	பயன்படுத்துகிறவன் payanpatuththukiRavan	பயன்படுத்துபவன் payanpatuththupavan
3s.f.	பயன்படுத்தியவள் payanpatuththiyavaL	பயன்படுத்துகிறவள் payanpatuththukiRavaL	பயன்படுத்துபவள் payanpatuththupavaL
3s.n.	பயன்படுத்தியது payanpatuththiyadhu	பயன்படுத்துகிறது payanpatuththukiRadhu	பயன்படுத்துவது payanpatuththuvadhu
3s.h.	பயன்படுத்தியவர் payanpatuththiyavar	பயன்படுத்துகிறவர் payanpatuththukiRavar	பயன்படுத்துபவர் payanpatuththupavar
3p. (m/f & h)	பயன்படுத்தியவர்கள் payanpatuththiyavarkaL	பயன்படுத்துகிறவர்கள் payanpatuththukiRavarkaL	பயன்படுத்துபவர்கள் payanpatuththupavarkaL
3p.n	பயன்படுத்தியவை payanpatuththiyavai	பயன்படுத்துகிறவை payanpatuththukiRavai	பயன்படுத்துபவை payanpatuththupavai

Mood forms:

Imperative (s)	பயன்படுத்து payanpatuththu
Imperative (p/h)	பயன்படுத்துங்கள் payanpatuththungaL
Imperative Negative (s)	பயன்படுத்தாதே payanpatuththaadhE
Imperative Negative (p/h)	பயன்படுத்தாதீர்கள் payanpatuththaadheerkaL
Optative	பயன்படுத்துவீர payanpatuththuveer
Permissive	பயன்படுத்தட்டும் payanpatuththattum
Potential	பயன்படுத்தலாம் payanpatuththalaam

95. To wait – காத்திருக்க (kaaththirukka)

Finite Verb forms:

	Past	Present	Future
1s	காத்திருந்தேன் kaaththirundhEn	காத்திருக்கிறேன் kaaththirukkiREn	காத்திருப்பேன் kaaththiruppEn
1p	காத்திருந்தோம் kaaththirundhOm	காத்திருக்கிறோம் kaaththirukkiROm	காத்திருப்போம் kaaththiruppOm
2s	காத்திருந்தாய் kaaththirundhaai	காத்திருக்கிறாய் kaaththirukkiRaai	காத்திருப்பாய் kaaththiruppaai
2p	காத்திருந்தீர்கள் kaaththirundheerkaL	காத்திருக்கிறீர்கள் kaaththirukkiReerkaL	காத்திருப்பீர்கள் kaaththiruppeerkaL
3s.m.	காத்திருந்தான் kaaththirundhaan	காத்திருக்கிறான் kaaththirukkiRaan	காத்திருப்பான் kaaththiruppaan
3s.f.	காத்திருந்தாள் kaaththirundhaaL	காத்திருக்கிறாள் kaaththirukkiRaaL	காத்திருப்பாள் kaaththiruppaaL
3s.n.	காத்திருந்தது kaaththirundhadhu	காத்திருக்கிறது kaaththirukkiRadhu	காத்திருக்கும் kaaththirukkum
3s.h.	காத்திருந்தார் kaaththirundhaar	காத்திருக்கிறார் kaaththirukkiRaar	காத்திருப்பார் kaaththiruppaar
3p. (m/f & h)	காத்திருந்தார்கள் kaaththirundhaarkaL	காத்திருக்கிறார்கள் kaaththirukkiRaarkaL	காத்திருப்பார்கள் kaaththiruppaarkaL
3p.n.	காத்திருந்தன kaaththirundhana	காத்திருக்கின்றன kaaththirukkindrana	காத்திருக்கும் kaaththirukkum

Non-Finite Verb forms:

Adjectival Participle - Affirmative	காத்திருந்த kaaththirundha
Adjectival Participle - Negative	காத்திருக்காத kaaththirukkaadha
Verbal Participle - Affirmative	காத்திருந்து kaaththirundhu
Verbal Participle - Negative	காத்திருக்காமல் kaaththirukkaamal
Conditional – Affirmative	காத்திருந்தால் kaaththirundhaal
Conditional – Negative	காத்திருக்காவிட்டால் kaaththirukkaavittaal
Infinitive	காத்திருக்க kaaththirukka

Immediate	காத்திருந்ததும் kaaththirundhadhum
Concessive of fact	காத்திருந்தும் kaaththirundhum
Concessive of supposition	காத்திருந்தாலும் kaaththirundhaalum

Participial forms:

	Past	Present	Future
3s.m.	காத்திருந்தவன் kaaththirundhavan	காத்திருக்கிறவன் kaaththirukkiRavan	காத்திருப்பவன் kaaththiruppavan
3s.f.	காத்திருந்தவள் kaaththirundhavaL	காத்திருக்கிறவள் kaaththirukkiRavaL	காத்திருப்பவள் kaaththiruppavaL
3s.n.	காத்திருந்தது kaaththirundhadhu	காத்திருக்கிறது kaaththirukkiRadhu	காத்திருப்பது kaaththiruppadhu
3s.h.	காத்திருந்தவர் kaaththirundhavar	காத்திருக்கிறவர் kaaththirukkiRavar	காத்திருப்பவர் kaaththiruppavar
3p. (m/f. & h)	காத்திருந்தவர்கள் kaaththirundhavarkaL	காத்திருக்கிறவர்கள் kaaththirukkiRavarkaL	காத்திருப்பவர்கள் kaaththiruppavarkaL
3p.n.	காத்திருந்தவை kaaththirundhavai	காத்திருக்கிறவை kaaththirukkiRavai	காத்திருப்பவை kaaththiruppavai

Mood forms:

Imperative (s)	காத்திரு kaaththiru
Imperative (p/h)	காத்திருங்கள் kaaththirungaL
Imperative Negative (s)	காத்திருக்காதே kaaththirukkaadhE
Imperative Negative (p/h)	காத்திருக்காதீர்கள் kaaththirukkaadheerkaL
Optative	காத்திருப்பீர் kaaththiruppeer
Permissive	காத்திருக்கட்டும் kaaththirukkattum
Potential	காத்திருக்கலாம் kaaththirukkalaam

96. To walk – நடக்க (natakka)

Finite Verb forms:

	Past	Present	Future
1s	நடந்தேன் natandhEn	நடக்கிறேன் natakkiREn	நடப்பேன் natappEn
1p	நடந்தோம் natandhOm	நடக்கிறோம் natakkiROm	நடப்போம் natappOm
2s	நடந்தாய் natandhaai	நடக்கிறாய் natakkiRaai	நடப்பாய் natappaai
2p	நடந்தீர்கள் natandheerkaL	நடக்கிறீர்கள் natakkiReerkaL	நடப்பீர்கள் natappeerkaL
3s.m.	நடந்தான் natandhaan	நடக்கிறான் natakkiRaan	நடப்பான் natappaan
3s.f.	நடந்தாள் natandhaaL	நடக்கிறாள் natakkiRaaL	நடப்பாள் natappaaL
3s.n.	நடந்தது natandhadhu	நடக்கிறது natakkiRadhu	நடக்கும் natakkum
3s.h.	நடந்தார் natandhaar	நடக்கிறார் natakkiRaar	நடப்பார் natappaar
3p. (m/f & h)	நடந்தார்கள் natandhaarkaL	நடக்கிறார்கள் natakkiRaarkaL	நடப்பார்கள் natappaarkaL
3p.n.	நடந்தன natandhana	நடக்கின்றன natakkindrana	நடக்கும் natakkum

Non-Finite Verb forms:

Adjectival Participle - Affirmative	நடந்த natandha
Adjectival Participle - Negative	நடக்காத natakkaadha
Verbal Participle - Affirmative	நடந்து natandhu
Verbal Participle - Negative	நடக்காமல் natakkaamal
Conditional – Affirmative	நடந்தால் natandhaal
Conditional – Negative	நடக்காவிட்டால் natakkaavittaal
Infinitive	நடக்க natakka

Immediate	நடந்ததும் natandhadhum
Concessive of fact	நடந்தும் natandhum
Concessive of supposition	நடந்தாலும் natandhaalum

Participial forms:

	Past	Present	Future
3s.m.	நடந்தவன் natandhavan	நடக்கிறவன் natakkiRavan	நடப்பவன் natappavan
3s.f.	நடந்தவள் natandhavaL	நடக்கிறவள் natakkiRavaL	நடப்பவள் natappavaL
3s.n.	நடந்தது natandhadhu	நடக்கிறது natakkiRadhu	நடப்பது natappadhu
3s.h.	நடந்தவர் natandhavar	நடக்கிறவர் natakkiRavar	நடப்பவர் natappavar
3p. (m/f. & h)	நடந்தவர்கள் natandhavarkaL	நடக்கிறவர்கள் natakkiRavarkaL	நடப்பவர்கள் natappavarkaL
3p.n.	நடந்தவை natandhavai	நடக்கிறவை natakkiRavai	நடப்பவை natappavai

Mood forms:

Imperative (s)	நட nata
Imperative (p/h)	நடங்கள் natangaL
Imperative Negative (s)	நடக்காதே natakkaadhE
Imperative Negative (p/h)	நடக்காதீர்கள் natakkaadheerkaL
Optative	நடப்பீர் natappeer
Permissive	நடக்கட்டும் natakkattum
Potential	நடக்கலாம் natakkalaam

97. To want – தேவைப்பட (thEvaippata)

Finite Verb forms:

Past	Present	Future
தேவைப்பட்டது thEvaippattadhu	தேவைப்படுகிறது thEvaippatukiRadhu	தேவைப்படும் thEvaippatum

Non-Finite Verb forms:

Adjectival Participle - Affirmative	தேவைப்பட்ட thEvaippatta
Adjectival Participle - Negative	தேவைப்படாத thEvaippataadha
Verbal Participle - Affirmative	தேவைப்பட்டு thEvaippattu
Verbal Participle - Negative	தேவைப்படாமல் thEvaippataamal
Conditional – Affirmative	தேவைப்பட்டால் thEvaippattaal
Conditional – Negative	தேவைப்படாவிட்டால் thEvaippataavittaal
Infinitive	தேவைப்பட thEvaippata
Immediate	தேவைப்பட்டதும் thEvaippattadhum
Concessive of fact	தேவைப்பட்டும் thEvaippattum
Concessive of supposition	தேவைப்பட்டாலும் thEvaippattaalum

Participial forms:

	Past	Present	Future
3s.m.	தேவைப்பட்டவன் thEvaippattavan	தேவைப்படுகிறவன் thEvaippatukiRavan	தேவைப்படுபவன் thEvaippatupavan
3s.f.	தேவைப்பட்டவள் thEvaippattavaL	தேவைப்படுகிறவள் thEvaippatukiRavaL	தேவைப்படுபவள் thEvaippatupavaL
3s.n.	தேவைப்பட்டது thEvaippattadhu	தேவைப்படுகிறது thEvaippatukiRadhu	தேவைப்படுவது thEvaippatuvadhu
3s.h.	தேவைப்பட்டவர் thEvaippattavar	தேவைப்படுகிறவர் thEvaippatukiRavar	தேவைப்படுபவர் thEvaippatupavar

3p. (m/f. & h)	தேவைப்பட்டவர்கள் thEvaippattavarkaL	தேவைப்படுகிறவர்கள் thEvaippatukiRavarkaL	தேவைப்படுபவர்கள் thEvaippatupavarkaL
3p.n.	தேவைப்பட்டவை thEvaippattavai	தேவைப்படுகிறவை thEvaippatukiRavai	தேவைப்படுபவை thEvaippatupavai

Mood forms:

Optative	தேவைப்படுவீர் thEvaippatuveer
Permissive	தேவைப்படட்டும் thEvaippatattum
Potential	தேவைப்படலாம் thEvaippatalaam

98. To watch – பார்க்க (paarkka)

Finite Verb forms:

	Past	Present	Future
1s	பார்த்தேன் paarththEn	பார்க்கிறேன் paarkkiREn	பார்ப்பேன் paarppEn
1p	பார்த்தோம் paarththOm	பார்க்கிறோம் paarkkiROm	பார்ப்போம் paarppOm
2s	பார்த்தாய் paarththaai	பார்க்கிறாய் paarkkiRaai	பார்ப்பாய் paarppaai
2p	பார்த்தீர்கள் paarththeerkaL	பார்க்கிறீர்கள் paarkkiReerkaL	பார்ப்பீர்கள் paarppeerkaL
3s.m.	பார்த்தான் paarththaan	பார்க்கிறான் paarkkiRaan	பார்ப்பான் paarppaan
3s.f.	பார்த்தாள் paarththaaL	பார்க்கிறாள் paarkkiRaaL	பார்ப்பாள் paarppaaL
3s.n.	பார்த்தது paarththadhu	பார்க்கிறது paarkkiRadhu	பார்க்கும் paarkkum
3s.h.	பார்த்தார் paarththaar	பார்க்கிறார் paarkkiRaar	பார்ப்பார் paarppaar
3p. (m/f & h)	பார்த்தார்கள் paarththaarkaL	பார்க்கிறார்கள் paarkkiRaarkaL	பார்ப்பார்கள் paarppaarkaL
3p.n.	பார்த்தன paarththana	பார்க்கின்றன paarkkindrana	பார்க்கும் paarkkum

Non-Finite Verb forms:

Adjectival Participle - Affirmative	பார்த்த paarththa
Adjectival Participle - Negative	பார்க்காத paarkkaadha
Verbal Participle - Affirmative	பார்த்து paarththu
Verbal Participle - Negative	பார்க்காமல் paarkkaamal
Conditional – Affirmative	பார்த்தால் paarththaal
Conditional – Negative	பார்க்காவிட்டால் paarkkaavittaal
Infinitive	பார்க்க paarkka

Immediate	பார்த்ததும்
	paarththadhum
Concessive of fact	பார்த்தும்
	paarththum
Concessive of supposition	பார்த்தாலும்
	paarththaalum

Participial forms:

	Past	Present	Future
3s.m.	பார்த்தவன்	பார்க்கிறவன்	பார்ப்பவன்
	paarththavan	paarkkiRavan	paarppavan
3s.f.	பார்த்தவள்	பார்க்கிறவள்	பார்ப்பவள்
	paarththavaL	paarkkiRavaL	paarppavaL
3s.n.	பார்த்தது	பார்க்கிறது	பார்ப்பது
	paarththadhu	paarkkiRadhu	paarppadhu
3s.h.	பார்த்தவர்	பார்க்கிறவர்	பார்ப்பவர்
	paarththavar	paarkkiRavar	paarppavar
3p. (m/f. & h)	பார்த்தவர்கள்	பார்க்கிறவர்கள்	பார்ப்பவர்கள்
	paarththavarkaL	paarkkiRavarkaL	paarppavarkaL
3p.n.	பார்த்தவை	பார்க்கிறவை	பார்ப்பவை
	paarththavai	paarkkiRavai	paarppavai

Mood forms:

Imperative (s)	பார்
	paar
Imperative (p/h)	பாருங்கள்
	paarungaL
Imperative Negative (s)	பார்க்காதே
	paarkkaadhE
Imperative Negative (p/h)	பார்க்காதீர்கள்
	paarkkaadheerkaL
Optative	பார்ப்பீர்
	paarppeer
Permissive	பார்க்கட்டும்
	paarkkattum
Potential	பார்க்கலாம்
	paarkkalaam

99. To win – வெல்ல (vella)

Finite Verb forms:

	Past	Present	Future
1s	வென்றேன் vendrEn	வெல்கிறேன் velkiREn	வெல்வேன் velvEn
1p	வென்றோம் vendrOm	வெல்கிறோம் velkiROm	வெல்வோம் velvOm
2s	வென்றாய் vendraai	வெல்கிறாய் velkiRaai	வெல்வாய் velvaai
2p	வென்றீர்கள் vendreerkaL	வெல்கிறீர்கள் velkiReerkaL	வெல்வீர்கள் velveerkaL
3s.m.	வென்றான் vendraan	வெல்கிறான் velkiRaan	வெல்வான் velvaan
3s.f.	வென்றாள் vendraaL	வெல்கிறாள் velkiRaaL	வெல்வாள் velvaaL
3s.n.	வென்றது vendradhu	வெல்கிறது velkiRadhu	வெல்லும் vellum
3s.h.	வென்றார் vendraar	வெல்கிறார் velkiRaar	வெல்வார் velvaar
3p. (m/f & h)	வென்றார்கள் vendraarkaL	வெல்கிறார்கள் velkiRaarkaL	வெல்வார்கள் velvaarkaL
3p.n.	வென்றன vendrana	வெல்கின்றன velkindrana	வெல்லும் vellum

Non-Finite Verb forms:

Adjectival Participle - Affirmative	வென்ற vendra
Adjectival Participle - Negative	வெல்லாத vellaadha
Verbal Participle - Affirmative	வென்று vendru
Verbal Participle - Negative	வெல்லாமல் vellaamal
Conditional – Affirmative	வென்றால் vendraal
Conditional – Negative	வெல்லாவிட்டால் vellaavittaal
Infinitive	வெல்ல vella

Immediate	வென்றதும் vendradhum
Concessive of fact	வென்றும் vendrum
Concessive of supposition	வென்றாலும் vendraalum

Participial forms:

	Past	Present	Future
3s.m.	வென்றவன் vendravan	வெல்கிறவன் velkiRavan	வெல்பவன் velpavan
3s.f.	வென்றவள் vendravaL	வெல்கிறவள் velkiRavaL	வெல்பவள் velpavaL
3s.n.	வென்றது vendradhu	வெல்கிறது velkiRadhu	வெல்வது velvadhu
3s.h.	வென்றவர் vendravar	வெல்கிறவர் velkiRavar	வெல்பவர் velpavar
3p. (m/f. & h)	வென்றவர்கள் vendravarkaL	வெல்கிறவர்கள் velkiRavarkaL	வெல்பவர்கள் velpavarkaL
3p.n.	வென்றவை vendravai	வெல்கிறவை velkiRavai	வெல்பவை velpavai

Mood forms:

Imperative (s)	வெல் vel
Imperative (p/h)	வெல்லுங்கள் vellungaL
Imperative Negative (s)	வெல்லாதே vellaadhE
Imperative Negative (p/h)	வெல்லாதீர்கள் vellaadheerkaL
Optative	வெல்வீர் velveer
Permissive	வெல்லட்டும் vellattum
Potential	வெல்லலாம் vellalaam

100. To work – வேலை செய்ய (vElai seyya)

Finite Verb forms:

	Past	Present	Future
1s	வேலை செய்தேன் vElai seydhEn	வேலை செய்கிறேன் vElai seykiREn	வேலை செய்வேன் vElai seyvEn
1p	வேலை செய்தோம் vElai seydhOm	வேலை செய்கிறோம் vElai seykiROm	வேலை செய்வோம் vElai seyvOm
2s	வேலை செய்தாய் vElai seydhaai	வேலை செய்கிறாய் vElai seykiRaai	வேலை செய்வாய் vElai seyvaai
2p	வேலை செய்தீர்கள் vElai seydheerkaL	வேலை செய்கிறீர்கள் vElai seykiReerkaL	வேலை செய்வீர்கள் vElai seyveerkaL
3s.m.	வேலை செய்தான் vElai seydhaan	வேலை செய்கிறான் vElai seykiRaan	வேலை செய்வான் vElai seyvaan
3s.f.	வேலை செய்தாள் vElai seydhaaL	வேலை செய்கிறாள் vElai seykiRaaL	வேலை செய்வாள் vElai seyvaaL
3s.n.	வேலை செய்தது vElai seydhadhu	வேலை செய்கிறது vElai seykiRadhu	வேலை செய்யும் vElai seyyum
3s.h.	வேலை செய்தார் vElai seydhaar	வேலை செய்கிறார் vElai seykiRaar	வேலை செய்வார் vElai seyvaar
3p. (m/f & h)	வேலை செய்தார்கள் vElai seydhaarkaL	வேலை செய்கிறார்கள் vElai seykiRaarkaL	வேலை செய்வார்கள் vElai seyvaarkaL
3p.n.	வேலை செய்தன vElai seydhana	வேலை செய்கின்றன vElai seykindrana	வேலை செய்யும் vElai seyyum

Non-Finite Verb forms:

Adjectival Participle - Affirmative	வேலை செய்த vElai seydha
Adjectival Participle - Negative	வேலை செய்யாத vElai seyyaadha
Verbal Participle - Affirmative	வேலை செய்து vElai seydhu
Verbal Participle - Negative	வேலை செய்யாமல் vElai seyyaamal
Conditional – Affirmative	வேலை செய்தால் vElai seydhaal
Conditional – Negative	வேலை செய்யாவிட்டால் vElai seyyaavittaal

Infinitive	வேலை செய்ய vElai seyya
Immediate	வேலை செய்ததும் vElai seydhadhum
Concessive of fact	வேலை செய்தும் vElai seydhum
Concessive of supposition	வேலை செய்தாலும் vElai seydhaalum

Participial forms:

	Past	Present	Future
3s.m.	வேலை செய்தவன் vElai seydhavan	வேலை செய்கிறவன் vElai seykiRavan	வேலை செய்பவன் vElai seypavan
3s.f.	வேலை செய்தவள் vElai seydhavaL	வேலை செய்கிறவள் vElai seykiRavaL	வேலை செய்பவள் vElai seypavaL
3s.n.	வேலை செய்தது vElai seydhadhu	வேலை செய்கிறது vElai seykiRadhu	வேலை செய்வது vElai seyvadhu
3s.h.	வேலை செய்தவர் vElai seydhavar	வேலை செய்கிறவர் vElai seykiRavar	வேலை செய்பவர் vElai seypavar
3p. (m/f. & h)	வேலை செய்தவர்கள் vElai seydhavarkaL	வேலை செய்கிறவர்கள் vElai seykiRavarkaL	வேலை செய்பவர்கள் vElai seypavarkaL
3p.n.	வேலை செய்தவை vElai seydhavai	வேலை செய்கிறவை vElai seykiRavai	வேலை செய்பவை vElai seypavai

Mood forms:

Imperative (s)	வேலை செய் vElai sey
Imperative (p/h)	வேலை செய்யுங்கள் vElai seyyungaL
Imperative Negative (s)	வேலை செய்யாதே vElai seyyaadhE
Imperative Negative (p/h)	வேலை செய்யாதீர்கள் vElai seyyaadheerkaL
Optative	வேலை செய்வீர் vElai seyveer
Permissive	வேலை செய்யட்டும் vElai seyyattum
Potential	வேலை செய்யலாம் vElai seyyalaam

101. To write – எழுத (ezhutha)

Finite Verb forms:

	Past	Present	Future
1s	எழுதினேன் ezhuthinEn	எழுதுகிறேன் ezhuthukiREn	எழுதுவேன் ezhuthuvEn
1p	எழுதினோம் ezhuthinOm	எழுதுகிறோம் ezhuthukiROm	எழுதுவோம் ezhuthuvOm
2s	எழுதினாய் ezhuthinaai	எழுதுகிறாய் ezhuthukiRaai	எழுதுவாய் ezhuthuvaai
2p	எழுதினீர்கள் ezhuthineerkaL	எழுதுகிறீர்கள் ezhuthukiReerkaL	எழுதுவீர்கள் ezhuthuveerkaL
3s.m	எழுதினான் ezhuthinaan	எழுதுகிறான் ezhuthukiRaan	எழுதுவான் ezhuthuvaan
3s.f.	எழுதினாள் ezhuthinaaL	எழுதுகிறாள் ezhuthukiRaaL	எழுதுவாள் ezhuthuvaaL
3s.n	எழுதியது ezhuthiyadhu	எழுதுகிறது ezhuthukiRadhu	எழுதும் ezhuthum
3s.h	எழுதினார் ezhuthinaar	எழுதுகிறார் ezhuthukiRaar	எழுதுவார் ezhuthuvaar
3p. (m/f & h)	எழுதினார்கள் ezhuthinaarkaL	எழுதுகிறார்கள் ezhuthukiRaarkaL	எழுதுவார்கள் ezhuthuvaarkaL
3p.n	எழுதின ezhuthina	எழுதுகின்றன ezhuthukindrana	எழுதும் ezhuthum

Non-Finite Verb forms:

Adjectival Participle - Affirmative	எழுதிய ezhuthiya
Adjectival Participle - Negative	எழுதாத ezhuthaadha
Verbal Participle - Affirmative	எழுதி ezhuthi
Verbal Participle - Negative	எழுதாமல் ezhuthaamal
Conditional – Affirmative	எழுதினால் ezhuthinaal
Conditional – Negative	எழுதாவிட்டால் ezhuthaavittaal
Infinitive	எழுத ezhutha

Immediate	எழுதியதும் ezhuthiyadhum
Concessive of fact	எழுதியும் ezhuthiyum
Concessive of supposition	எழுதினாலும் ezhuthinaalum

Participial forms:

	Past	Present	Future
3s.m.	எழுதியவன் ezhuthiyavan	எழுதுகிறவன் ezhuthukiRavan	எழுதுபவன் ezhuthupavan
3s.f.	எழுதியவள் ezhuthiyavaL	எழுதுகிறவள் ezhuthukiRavaL	எழுதுபவள் ezhuthupavaL
3s.n.	எழுதியது ezhuthiyadhu	எழுதுகிறது ezhuthukiRadhu	எழுதுவது ezhuthuvadhu
3s.h.	எழுதியவர் ezhuthiyavar	எழுதுகிறவர் ezhuthukiRavar	எழுதுபவர் ezhuthupavar
3p. (m/f & h)	எழுதியவர்கள் ezhuthiyavarkaL	எழுதுகிறவர்கள் ezhuthukiRavarkaL	எழுதுபவர்கள் ezhuthupavarkaL
3p.n	எழுதியவை ezhuthiyavai	எழுதுகிறவை ezhuthukiRavai	எழுதுபவை ezhuthupavai

Mood forms:

Imperative (s)	எழுது ezhuthu
Imperative (p/h)	எழுதுங்கள் ezhuthungaL
Imperative Negative (s)	எழுதாதே ezhuthaadhE
Imperative Negative (p/h)	எழுதாதீர்கள் ezhuthaadheerkaL
Optative	எழுதுவீர் ezhuthuveer
Permissive	எழுதட்டும் ezhuthattum
Potential	எழுதலாம் ezhuthalaam